सर्जा

एका बैलाची हृद्य जीवनकहाणी

रामचंद्र खाटमोडे

मेहता पब्लिशिंग हाऊस

SARJA by RAMCHANDRA KHATMODE

सर्जा / आत्मकथन

© रामचंद्र दत्तात्रय खाटमोडे
मु.पो. दिवेगव्हाण, ता. करमाळा, जि. सोलापूर - ४१३२०३.
८१४९२९८३६३ email : ramkhatmode@gmail.com

प्रकाशक : सुनील अनिल मेहता, मेहता पब्लिशिंग हाऊस,
१९४१ सदाशिव पेठ, माडीवाले कॉलनी, पुणे – ३०.

मुखपृष्ठ : सतीश भावसार
प्रथमावृत्ती : जुलै, २०१८

P Book ISBN 9789387789999
E Book ISBN 9789353170059
E Books available on : play.google.com/store/books
www.amazon.in

प्रिय आई,

लिहिता लिहिता पेनामधली
संपून जावी शाई
तशी अचानक आयुष्यातून
हरवून गेली आई!
कागद होता भरलेला
तरी अपूर्ण होते काही
का त्या भगवंताला
इतकी होती घाई?

माझी पहिली कादंबरी तुझ्या स्मृतीस सविनय अर्पण...

मनोगत

शेतकऱ्यांच्या या देशात आपण त्यांच्या बैलांना मात्र सहज विसरत चाललोय. आज ज्या प्रमाणात गाय आणि बैल कत्तलखान्यात विकले जात आहेत, ती खरंच चिंतेची बाब आहे. शहरामध्ये रस्त्यावर फिरणाऱ्या गायींची आणि बैलांची उपासमारीची अवस्था बघून काळजाला ठेच लागते. त्यांच्या नशिबी हे का? ज्या गाईचं दूध आपण पित असतो, ज्या बैलांच्या जिवावर शेतीतून अन्न पिकवत असतो, त्यांची काळजी घेणं हेही आपलंच काम असतं. आपण नेहमी त्यांच्याकडे एक प्राणी म्हणून पाहतो. त्यांचंही एक वेगळं आयुष्य असतं, त्यांनाही भावना असतात. आपण आतापर्यंत पुस्तकांतून आणि टीव्हीतून मांजर, उंदीर, कुत्रा आणि हत्तीपासून वाघ, सिंहापर्यंत गेलो. मला मनापासून या घरासमोर दावणीला बांधलेल्या सर्जाच्या मनापर्यंत जावं वाटलं. त्याला जे वाटलं असेल, तो जे जगला असेल, ते त्याच्या मनातून मांडण्याचा मी एक प्रामाणिक प्रयत्न केला आहे.

या पुस्तकाचं खरं श्रेय सर्जाला जातं. ज्याला पाहून मला ही कथा सुचली, ज्याच्या मनात मला जावं वाटलं. ही कादंबरी खरी सर्जाचीच आहे, त्याच्या जगण्यातून घडलेली... मी त्याच्या जगण्याला शब्दांची साथ दिली, इतकंच.

पुस्तक लिहिण्याचं स्वप्न आज सत्यात उतरतंय, याचा आनंद होतोय आणि सर्जाच्या मनातल्या काहुराला पुस्तकात उतरवता आलं, याचं समाधानही आहे. त्यासाठी मी 'मेहता

पब्लिशिंग हाऊस'चा मनापासून आभारी आहे. नवीन लेखक असतानाही त्यांनी मला जी मोलाची साथ दिली, त्यासाठी मी नेहमी कृतज्ञ राहीन. आई-वडिलांचा आशीर्वाद, नातेवाइकांचं प्रेम, मित्रांची खंबीर साथ, गुरुजनांचा पाठीवरील हात आणि तुमच्या सदिच्छांचा मी नेहमी ऋणी आहे आणि राहीन. माझ्यातला लेखक ज्यांच्यामुळे घडत गेला, त्या प्रत्येकाचे आभार. आयुष्याच्या प्रत्येक टप्प्यावर अनुभवांची शिदोरी देणाऱ्या प्रत्येकाचे... असंच प्रेम सर्जलाही मिळावं, हीच नम्र अपेक्षा...

आपला,
रामचंद्र खाटमोडे

मरण आणि सुटका

धाडऽऽ! साल्याने परत खड्ड्यात घातली वाटतं. निघाल्यापासून ह्या रस्त्यावरच्या खड्ड्यांमुळे अंगाची हाडं पार पडायला आली होती. ड्रायव्हर तर अजून शहाणा होता, खड्डे चुकवायचे असतात हे बहुधा त्याला माहीतच नव्हतं. मागचे दोन तास झाले आम्ही त्या टेम्पोत बंद होतो, उकाड्याने सारं अंग घामाने भरून गेलं होतं. एकतर आम्हाला नक्की कुठे चालवलंय, त्याची कल्पना नव्हती. कदाचित आम्हाला जनावरांच्या बाजारात विकायला चालवलं असेल, किंवा या माणसानेच विकत घेतलं असेल, किंवा हा दुसऱ्या कोणाच्या तरी घरी आम्हाला सोडणार असेल. पण त्या माणसाने पाटलाला ज्या विश्वासाने पैसे दिले होते, त्यावरून त्यानेच आम्हाला विकत घेतलंय असा आमच्या तिघांचा प्राथमिक अंदाज होता. आमच्या तिघांचा म्हणजे माझा, राजाचा आणि खिलारीचा.

साधारण दहा मिनिटांनी ड्रायव्हरने परत जोराचा ब्रेक मारला, तिघेही एकमेकांना धडकलो. त्याचा ब्रेक जणू समोर त्सुनामी आल्यासारखा होता. त्या माणसाने टेम्पोचं शटर उघडलं. म्हटलं चला, शेवटी पोचलो. बाहेर नजर फिरवली. खूप गर्दी होती. दुकानांच्या रांगाच रांगा, एकावर एक ठेवल्यासारखी घरावर घरे, पोस्टरचे मोठे-मोठे फोटो, ज्याने

पलीकडचं दिसतही नव्हतं. माणसांची आरडाओरड, चिवचिव, गाड्यांचे हॉर्न्स, सगळं शहर जणू भरून गेलं होतं. श्वास घ्यावा म्हटलं, तर हवाही धुराने भरलेली.

त्या माणसाने टेम्पोला बांधलेली दोरी सोडली. इथं भर रस्त्यात गाडी का थांबवली, तेच कळेना. कारण बाजूला ना कसला जनावरांचा बाजार दिसत होता ना कुणी माणूस, ज्याच्याकडे आम्ही राहणार होतो. या गर्दीच्या ठिकाणी आम्हाला का उतरवणार होते? त्यांनी पहिल्यांदा खिलारीचं दावं सोडलं आणि तिला बाहेर काढलं, ती हळूच काळजी घेत उतरली. तिला खाली घेऊन त्या माणसाने तिला बाजूला उभं केलं. आणि तो आमच्याकडे येऊ लागला. आता मीही खाली उतरायला तयार झालो. पुढे सरकणार तेवढ्यात शटर धापकन खाली पडलं. का? जाऊन दरवाजावर सरळ धडक मारली. धडपड करू लागलो, दोर इतका घट्ट बांधला होता की, बाजूला हालताही येईना. मला काहीही करून खाली उतरायचं होत, खिलारीकडे जायचं होतं. कुठे नेलं असेल तिला? आम्ही एकमेकांपासून असे अचानक दूर. तिचा नीट निरोपही घेतला नव्हता. शटरला अजून एक धडक देणार तोच जोराचा हिसका बसला. जाऊन सरळ राजाच्या अंगावर पडलो. टेम्पो सुरू झाला होता आणि वेगाने पुढे निघाला होता. माझी धडपड सुरूच होती.

"शांत रहा! काही उपयोग नाहीये धडपड करून," इतका वेळ शांत बसलेला राजा बोलला.

"अरे पण खिलारी?" माझी धडपड चालूच होती.

"तिला दुसरीकडे विकलं असेल," राजाने शांतपणे उत्तर दिलं.

"नाही रे, हा एकच माणूस होता सौदा करायला. मी पाहिलं, आणि असं कसं विकलं, आपली इतक्या वर्षांची

सोबत होती, अशी कशी...'' – मी.

''हे बघ, ते काहीही असलं तरी आपण काहीच करू शकत नाही.'' इतक्या वेळ बसून राहिलेला राजा उठायचा प्रयत्न करत म्हणाला. पण त्याला नीट उठता येत नव्हतं. पायाची जखम कदाचित त्याला बराच त्रास देत होती.

''पण मला तिला शोधावं लागेल, मी परत येणार.'' माझ्यातला राग अनावर होत होता.

''कुठून येणार? आणि कुठे येणार?'' राजाने विचारलं.

खरंच! ना तिला कुठे सोडलं ते माहीत होतं, ना आम्हाला कुठे चालवलंय ते माहीत होतं. आतल्या आत धडपडण्याशिवाय आम्ही आता काही करूही शकत नव्हतो. राग अंग भरून वाहत होता, पण काढणार कुणावर? आम्हाला विकलेल्या पाटलावर की विकत घेतलेल्या माणसावर?

साला, मुका जीव म्हटलं की हे असंच, जे होतंय ते फक्त पाहायचं. काही बोलताही येत नाही आणि कुणाला काही फरकही पडत नाही. हं, काय करणार? आतल्या आत राग आवरण्याचा प्रयत्न करत बसलो. राजासारखा, उद्विग्न पण शांत.

* * *

तासाभराने परत गाडी थांबली. शटर उघडलं. तर बाहेर सारं मोकळं रान दिसलं. शहराबाहेरच्या दूरच्या माळरानावर आम्ही थांबल्याचं दिसत होतं. बाजूला ना शेतं होती ना वस्तीत दिसतात तशी घरं. मला आणि राजाला टेम्पोमधून बाहेर काढलं. आम्ही जागेवर उभे होतो, टेम्पो निघून गेला आणि नजरेआड असलेलं पत्र्यांनी बांधलेलं मोठं शेड समोर दिसू लागलं. तो माणूस आम्हाला त्या शेडच्या दरवाजाकडे घेऊन गेला. त्याने दरवाजावर टकटक केली. दरवाजा उघडला. आतमध्ये आमच्यासारख्या आकाराचा माणूस उभा होता.

कुरळे केस, विचित्र चेहरा, अंगाचा घाण वास, जणू आठवडाभर त्याने अंघोळ केलीच नव्हती. लाल रंगाने भरलेले हात टॉवेलला पुसत त्या ढोल्याने विचित्र स्मितहास्य केलं. त्याने दरवाजा पूर्ण उघडला आणि आम्हाला आत घेऊन जाऊ लागला. आम्ही जसे-जसे आत जाऊ लागलो, तसा समोरचा तो भयावह नजारा पाहून काळजाला भेगा पडल्या. हे समोर जे दिसत होतं ते कधीच पाहिलं नव्हतं, आणि असं असू शकतं, याचा कधी विचारही केला नव्हता. साक्षात नरकात आल्याचा साक्षात्कार आम्हाला झाला. अंगावर शहारे आले, सारं शरीर भीतीने थरथर कापू लागलं, डोकं चालेनासं झालं. आजपर्यंत डोळ्यासमोर बैलांना मरताना पाहिलं होतं, पण हे काय? आमच्यासोबत असंही कधी घडू शकतं? नजर फिरताच जणू आपल्याच डोक्यावर कुणीतरी कुन्हाड चालवलीय, असं वाटलं. आजूबाजूला सगळीकडे कातडी सोललेले बैल मुंडकी छाटून उलटे टांगले होते. काही बैलांजवळ हातात सुऱ्या घेऊन माणसं उभी होती, जी त्यांचे मोठ्या सुरीने कांदा कापल्यासारखे खटाखट तुकडे करत होती. समोर एका मशीनमध्ये एक बैल बाहेर डोकावून बघत होता, तो त्या मशीनमध्ये काय करतोय, ते मला कळलं नाही. तेवढ्यात झपकन त्याच्यावर गरम पाणी पडलं आणि तो तडफडू लागला. आमच्यासमोर तो तडफडून मरत होता, त्याचं ते मरण बघणं आमच्या डोळ्यांना सहन होणारं नव्हतं.

पायाला अचानक ओलं लागायला लागलं म्हणून खाली वाकून पाहिलं. रक्ताचे पाटच्या पाट वाहत होते. जणू ते आमच्या पायाला लागून 'नका येऊ, आत मरण आहे, मरण' असं ओरडत होते. कदाचित हाच तो कत्तलखाना होता. हो कत्तलखाना, जिथं जनावरांना कापलं जातं आणि

ते मांस लोकांना विकलं जातं, खाण्यासाठी. माझा विश्वासच बसत नव्हता, की आम्हाला कापून कोणी खाऊ शकतं. कोंबडी, बोकड, मासे हे खाताना आम्ही पाहिलं होतं. त्यांनातरी लोक मारून खाण्यासाठीच पाळत असतात. पण गाय-बैल तर त्यांची होईल तोपर्यंत सेवा करतात. मग तरीही त्यांच्या नशिबी हे का? आम्हालाच बळीचा बकरा केलं जाईल, अशी पुसटशी शंकाही कधी मनात आली नव्हती. पण हे खरं होतं. तिथल्या माणसाने आम्हाला विकत घेतलं होतं, जिवंत असतानाच मारण्यासाठी! आमच्या मांसाचे तुकडे लोकांच्या घशात घालण्यासाठी. शरीराची किंमत तर बघा, तरुणपणी ज्या शरीराने कष्ट करून धान्य पिकवलं, शेकडोंना खायला दिलं; मरताना हेच शरीरपण त्यांना खायला द्यायचं. पैशासाठी इतका नीचपणा? तो माणसालाच जमू शकतो.

ते सगळे आमच्याकडे बघून इतक्या कुत्सितपणे हसत होते, जणू पुढचे बकरे आम्हीच होतो. अशा अवस्थेत त्यांची नजर चुकवणंच बरं होतं. आतमधून आम्हाला मागे नेलं, शेडच्या मागे एक गोठा होता. तिथे जवळपास पन्नास बैल होते. सगळेच आमच्यासारखे म्हातारे होते, पण काही लहान तर काही तरणेही होते. आम्हाला सगळ्यात शेवटी बांधण्यात आलं. जो देश नेहमी शेतकरीशेतकरी म्हणून ओरडतो, त्याच शेतकऱ्याच्या बैलाला काहीतरी किंमत असेल, असं आम्हाला वाटायचं. पण जिथे शेतकरीच उपासमारीने मरतो, तिथे आमचं काय? आश्वासनं, योजना, नुकसानभरपाई, कित्येक कोटींची तरतूद अशा काल्पनिक गोष्टींनी त्या शेतकऱ्याला दाबून टाकतात. आम्हाला तर तेही नव्हतं. आधी माझा आवडता प्राणी म्हटलं की बैल किंवा गाय असं म्हणायचे, जास्तीत जास्त मांजरापर्यंत जायचे. पण

आजकाल आम्ही कदाचित आवडत्या पाळीव प्राण्यांत मोडत नव्हतो. आता इंग्लिश कुत्र्यांनी आमची जागा घेतली होती.

* * *

आम्हाला तिथे बांधल्यावर समोरून एक माणूस पाणी घेऊन आला. आम्हाला खूप तहान लागली होती. मरणार आहोत हे माहीत होतं, तरी कसलाही विचार न करता त्या पाण्यावर दोघेही तुटून पडलो. आजूबाजूचे सगळे विचित्र नजरेने आमच्याकडे बघत होते. आमचं संपवून झालं तरी त्यांच्या नजरा आमच्यावरच होत्या. कदाचित राजाची नि माझी पाणी पिण्याची पद्धत त्यांना विचित्र वाटली असावी. त्यांच्या नजरा पाहून मी त्यांना हाय, हॅलो करू लागलो. पण त्याचा काही परिणाम झाला, असं वाटलं नाही. कारण सगळ्या उदास चेहऱ्यांवरची साधी माशीही हालली नव्हती.

सगळ्यांच्या नजरा वळल्या त्या लहान वासराच्या ओरडण्याने. ती दोन पैलवान माणसं त्याच्या मुंडक्याला धरून ओढून नेत होती. ते बिचारं वासरू खूप प्रतिकार करत होतं, पण त्या पैलवानापुढे त्याचा प्रतिकार व्यर्थ होता. ते जिवाच्या आकांताने ओरडत होतं. 'मला मारू नका, मला मारू नका, मला जगायचंय', म्हणून ते किंचाळत होतं. पण त्या बिचाऱ्यासाठी कुणी काही करू शकत नव्हतं. माळरानावर एखाद्या वाघासमोर ते असतं तर सगळे त्या वाघावर धावून गेलो असतो आणि त्याला वाचवलं असतं. पण इथे सगळं वेगळं होतं. वाघापेक्षाही भयंकर माणसं हातात कुऱ्हाडी घेऊन यमराजासारखी उभी होती. त्या वासराला फरफटत ओढून घेऊन जाताना काळजाचं कातडं कुणीतरी ओरबाडून काढत असल्यासारखं वाटलं. ते त्याला त्या कट्ट्यावर घेऊन गेले आणि त्याचं मुंडकं त्या लाकडी ओंडक्यावर धरलं. ते वासरू धडपडत होतं, निसटण्याचा

प्रयत्न करत होतं, पण त्या पैलवानाची पकड लोखंडासारखी घट्ट होती. मोठेमोठे बैल पछाडणाऱ्या त्या पैलवानाला या कोवळ्याची धडपड जराही त्रास देत नव्हती. एकाने त्याचं मुंडक धरलं होतं. दुसऱ्याने कुऱ्हाड उचलली. वरती उगारली, तसा आमचा श्वास थांबला. वर थांबलेली ती कुऱ्हाड वाऱ्याच्या वेगाने सपकन खाली आली, ते मुंडकं सोबत घेऊनच. बाजूच्या मुंडक्यांच्या ढिगावर अजून एकाची भर पडली होती. त्या वासराचं शरीर तडफडत होतं, जणू त्याच्या यातना साऱ्या शरीरातून सळसळ करत होत्या. तसंच त्याच्या शेपटाला पकडून ते त्याला फरफटत घेऊन गेले. त्याची अवस्था बघून डोळ्यांत पाणी आलं, त्याचं दुःख झालं आणि आपलंही असंच होणार, याची भीती मन खाऊ लागली. मनात विचारांची चक्रं फिरायला लागली. स्वतःचं मरण कशा पद्धतीने येणार, हे समोर दिसल्याने मरणाची जास्तच भीती वाटू लागली.

''आपण असेच मरणार?'' राजाने विचारलं.

''हो, कदाचित.'' – मी.

''एक-दोन दिवसच राहिलेले दिसतायत.'' – राजा.

''सहा दिवस!'' अचानक आलेला हा अनोळखी आवाज ऐकून आम्ही दोघांनी वर पाहिलं. बाजूच्या रांगेतला एक बैल ॲटिट्यूडने आमच्याकडे पाहत होता. अंगाने तसा काठीसारखा, बारीक पण ताठ. त्याची शिंगंही वेगळीच, चार-पाच पिळे असलेली काळविटासारखी, त्यांची टोकं जणू जमिनीला वाकून नमस्कार करण्याच्या तयारीत होती.

''तुला कसं माहीत?'' राजाने प्रश्नार्थकपणे विचारलं.

''सांगतो, जरा इकडे या.'' आम्ही पुढे सरकलो.

''कसंय, इथे रोज दहा बैल कापले जातात, त्या अंदाजाने पन्नाससाठी पाच दिवस. त्यात एक रविवार म्हणजे सुट्टी,

म्हणून सहा दिवस. अन् सातव्या दिवशी पहिला मी.''
बोलताबोलता त्याच्या डोळ्यांतून पाणी ओघळू लागलं.

त्याच्या या विचार करण्यावर आम्ही दोघे अचंबित झालो.

''इतका नका विचार करू. मला माहितेय माझं टॅलेंट.
आपण असल्यावर लय टेन्शन घ्यायचं नाही. सहा दिवस
निवांत राहायचं.'' आम्ही अजून त्याच्याकडे आश्चर्याच्या
नजरेनेच पाहत होतो.

''बाय द वे, मी वीरू,'' म्हणून त्याने ऐटीत मान
डोलावली.

''हं हं हं! वीरू!'' आम्ही दोघेही हसलो.

''हो, आपला मालक शोलेचा जबरदस्त फॅन. म्हणून
आमची नावंही तशीच, जय - वीरू.''

''मग जय कुठाय?''

''दुष्काळानं आधीच गिळलं त्याला; म्हणून तर मालकानं
मला विकलं, पैशापायी. तसंही एकट्या बैलाचं काय करणार
होते ते?'' एक वेगळीच दु:खाची सल वीरूला बोचून गेली.

''तुला किती दिवस झाले आत येऊन?'' मी विचारलं.

''परवा! परवा आलोय. तेव्हापासून पाहतोय मरणाला.
धडापासून शिराला एका फटक्यात वेगळं होताना तुम्ही
बघालच रोज. सवय होईल त्याची. पण जास्त टेन्शन नाय
घ्यायचं. मरायचंच ना? मग मस्त मरू. पाच दिवस मस्त
गप्पा मारू, काय? तुमची नावं नाही सांगितली तुम्ही?''
स्वत:ला आवरत वीरूने विचारलं.

''मी सर्जा आणि हा राजा. शहापूरच्या पाटलाचे.'' –
मी.

''शहापूर?'' वीरूने आश्चर्याने विचारलं.

''हो!'' – मी.

''शहापूरच्या पाटलाची जोडी— सर्जा-राजा! ए हेऽऽ''

बिछडे यार भेटल्यासारखं तो आनंदाने ओरडू लागला. "आरं लय फॅन तुमचे आम्ही! बैलगाडीच्या शर्यतीत काय पळायचा राव! सर्रर्रर्रर्रं ए हे, काय स्पीड! आम्हीतर अर्ध्या पैलात असताना तुम्ही शर्यत जिंकायचा पण. तिथं भेटता नाही आलं पण इथं शेवटी भेट झालीच हं. एक नंबर!"

"अजूनही लक्षात आहेत त्या शर्यती?" राजाने कौतुकाने विचारलं.

"तर! सलग पाच वर्षे तुम्ही पाटलाला जिंकण्याचा मान दिला. तो तुमचा रुबाब— सर्जा रुईसारखा पांढराशुभ्र, तगडा, तर राजा काळसर पैलवानापेक्षा बढतर. अरे, काय चर्चा व्हायची तुमची? चरायला गेल्यावर तुमच्याच शर्यतीच्या गप्पा." वीरूचं बोलणं चालूच होतं.

"हं, संपला तो काळ. आता फक्त त्या आठवणी घेऊन जगतोय." – मी.

"अरे, पण पाटलाचे तर तुम्ही खूप लाडके. त्यांनी का विकलं तुम्हाला?" – वीरू.

"कितीही लाडके असू, पण पोटापुढे काय चालतं कुणाचं? स्वत:चं पोट भरणं होईना, मग आमचं कसं भरणार? दुष्काळ इतका की, त्यालापण आमच्यापेक्षा पैसेच गरजेचे वाटले असतील." – राजा.

"सगळ्यांचं तेचय म्हणा!" – वीरू.

इथं सगळ्यांचं तेच बोचरं दु:ख होतं म्हणा!

"पण आपल्याला का कापतात? आपलंही मांस खातात का?" राजाने वीरूला विचारलं.

"हो. त्यासाठीच तर कापतात आपल्याला." वीरूने सांगितलं.

"आपल्याला कापून खातात?" – राजा.

"हो." – वीरू.

''आपल्याला खावंसं वाटतं लोकांना?'' राजाचा हा प्रश्न खरंच विचार करायला लावणारा होता.

''खावंसं वाटतं? खूप आवडीने खातात हे लोक. इतक्या स्वस्तात मिळतं. इथं कमी खात असतील; पण बाहेर खूप खातात.'' वीरू सांगत होता.

''म्हणजे आपलंपण मटन विकलं जातं?'' मी विचारलं.

''बीफ, बीफ म्हणतात त्याला. जसं कोंबडीचं चिकन, बोकडाचं मटन, तसं आपलं बीफ.''

वीरूचं जनरल नॉलेज खूप चांगलं होतं. त्या रात्रभर आमच्या गप्पा सुरूच होत्या. राजाचा पाय त्रास देत असल्याने तो जरा लवकरच आडवा झाला होता.

* * *

सकाळी जाग आली ती एका आकाशाला गवसणी घालणाऱ्या किंचाळीने. डोळे उघडताच समोर खाडकन आवाज झाला अन् दिवसाची पहिली कत्तल झाली.

त्यानंतर दोन दिवस दहाएक जनावरं कोंबडीसारखी मारली गेली. हे सगळं पाहवलं जात नव्हतं. सणासुदीला पूजा करणाऱ्या आम्हाला आमचं असं विचित्र मरण पटतच नव्हतं. आम्हाला इथं मारण्याची शिक्षा म्हणजे देहदंड दिलाय; पण कोणताही गुन्हा केला नसताना! कदाचित माणसासाठी आयुष्यभर शेतात राबलो, धान्य कमावलं हेच आमचं पाप असावं. इथं आंदोलनही करता येत नव्हतं; कारण करणार कुणापुढे आणि ऐकणार कोण? तिथं खूप कोंडमारा होत होता, खिलारीची आठवणही येत होती आणि काळजीही वाटत होती. आधीसारखी कणखर नव्हती ती, वयाच्या मानाने बरीच अशक्त झाली होती. समोर अशी मुंडकी कापली जात असताना, रक्ताचे थारोळे पडत असताना खूप नकोसं होत होतं. बैलांच्या अंगावरची कातडी सुरीने सोलून काढताना

जणू माझीच कातडी ओरबाडली जात होती. नको असलेले पाय खटाखट बाजूच्या ढिगावर पडत होते. अंगातली सगळी हाडं काढून वाळवून ते पोत्यात भरत होते. जिकडे पाहावं तिकडे रक्तच रक्त होतं, जणू भिंतींना आणि जमिनीलाही रक्ताने रंगवलं होतं. आजूबाजूच्या सगळ्यांच्या डोळ्यांत ती भीती दिसत होती. मलाही त्या भीतीत राहून असं मरायचं नव्हतं. या मरणाच्या दारात मरणाची वाट बघत बसणं शक्य नव्हतं. मला इथून निघायचं होतं. हो, निघायचं होतं.

''आपण पळून जायचं इथून?''

माझ्या या प्रश्नाने सगळेजण टरकले.

''वेडा झालायस तू!'' राजा जोरात हंबरला.

''काही शक्य नाहीये. सगळीकडे कुऱ्हाडी घेऊन बसलेले असतात. मोकळे दिसलो की तीच कुऱ्हाड मानेवर येऊन बसेल.'' वीरू रागात बोलला.

''ही दोरी तुटणार आहे का तुझ्याकडून? तेवढी ताकद आहे का अंगात?'' राजा मला समजावू पाहत होता.

''अरे मग काय करू? तसंही दोन दिवसांनी मरायचंच आहे. आधी मेलो तर काय फरक पडणारे?'' मी जोरात बोलत होतो.

''वेडेपणा करू नको सर्जा, गप्प रहा.'' राजा मला शांत करत होता.

''काही शक्य नाहीये. उगाच फालतू विचार करतो. पळून जाणं एवढं सोप्पं असतं, तर आम्ही काय इथं थांबलो असतो का? वेडाय हा.'' वीरू सगळ्यांना ऐकू जाईल अशा आवाजात ओरडला आणि मला शांत राहाण्याचं खुणवून जाग्यावर बसला.

सगळ्यांनी आपापल्या नजरा फिरवल्या; पण मी ठरवलं होतं, इथून बाहेर जायचंच!

दुसऱ्या सकाळी नेहमीसारखी किंचाळीने जाग आली. डोळे उघडले तर समोर वीरू. चेहऱ्यावर एखाद्या डिटेक्टिव्हसारखा भाव आणून तो बसला होता. कदाचित वीरू माझ्या उठण्याची वाट बघत तोंडासमोर उभा होता.

''काय?'' मी त्याला विचारलं.

तरीही तो शांतच होता.

''अरे काय?'' मी त्याला परत विचारलं.

वीरूने इकडेतिकडे पाहिलं, हळू आवाजात तो पुटपुटला, ''ते कालचं, पळून जायचं?''

''म्हणजे तुला शहाणपण सुचलं म्हणायचं.'' – मी.

वीरूने त्याच्या बढाया मारायला सुरुवात केली, ''अरे राजा, सांग याला भाऊ. पहिल्यापासूनच हुशारेय आपण. काल तू सगळ्यांसमोर बोलला रे! कसंय, सगळ्यांपुढे नाही बोलायचं, परत प्रॉब्लेम होतो. खरंतर याचा विचार आपण आल्याआल्याच केला होता, पण कुणी भेटलं नाही. मगाशीच सांगितलं राजाला, हो की नाही राजा?''

राजाने जिवावर आल्यासारखी मान डोलावली. आम्हा तिघांचं आता एकमत झालं होतं. आता फक्त इथून निघायचा प्लॅन करायचा होता.

आम्ही आता रोज डिटेक्टिव्हसारखे वागायला लागलो. आजूबाजूचे लोक, तिथल्या हालचाली, सगळ्या गोष्टी बारकाईने पाहू लागलो. गणेश उत्सवात पाहिलेल्या सिनेमांचा मला खूप फायदा झाला. सगळं कसं प्लॅनिंगने करायचं होतं. समोर असणारा वीरू त्या बाबतीत खूपच पुढे होता. वीरूने इथल्या सिक्युरिटी सिस्टीमची चांगलीच माहिती काढली होती. गेटजवळ दिवसा एकजण, आत बैल कापणारे सहाजण आणि मागच्या बाजूला दोघे असायचे. म्हणजे साधारणतः

दिवसा पळून जाणं ही एक फालतू कल्पना होती. रात्री आम्ही पाळत ठेवून जागे राहिलो. कत्तलखाना बंद झाल्यावर तीन लोक आतमध्ये थांबायचे. मेलेले बैल आणि जिवंत बैल सांभाळण्यासाठी एकजणच ठेवला होता; पण बाकीचे दोघे हरामी बिनकामी तिथे थांबायचे. का थांबायचे कुणास ठाऊक?

'कदाचित त्यांच्याकडे घर नसावं, कदाचित पत्ते खेळण्यासाठी थांबत असतील, किंवा घरी बायको दारूला हात लावू देत नसेल म्हणून इथं येत असतील,' अशी विविध उत्तरे वीरूने शोधून ठेवली होती.

मुळात त्याच्याशी आम्हाला काहीही देणंघेणं नव्हतं, आम्हाला फक्त इथून निघायचं होतं. पळण्यातली पहिली अडचण म्हणजे आमचं दावं! दावं सहजासहजी कापणं काही शक्य नव्हतं त्यामुळे पूर्ण रात्रभर आम्ही दाताने दोरी घासत होतो. कुणी जवळ फिरकायला आलं, की बाजूची वैरण पायाने सारून दोरी झाकायची. पाच तास आबदल्यावर कुठे त्या दोरीचा एक भाग तुटला होता. राजाचे दात अजूनही तितकेच कणखर होते, तलवारीच्या पातीसारखे. त्याने दोन तासांतच दोन्ही टोकं अलग केली होती. वीरूचं काहीच झालं नसणार, हे माहीत होतं. करकर आवाज येत असला, तरी एक धागाही नीट तुटला नव्हता. सकाळी मोठ्या आविर्भावाने तो दोरीवर गवत टाकून बसला होता. पण त्याच्याकडून ते पूर्ण नाही झालं, हे दिसत होतं. दुसऱ्या दिवशी सर्वजण झोपल्यावर आम्ही नजर ठेवून उभे होतो. परवा सकाळी म्हणजे दोन दिवसांनी आमची मुंडी धडावेगळी केली जाणार होती, त्यामुळे उद्या रात्रीच इथून निघावं लागणार होतं. आम्ही दावं तोडून मोकळे झालो होतो. बस्स! आता फक्त आजची रात्र होती, प्लॅन ठरवायला.

ठरलं! रोज रात्रीप्रमाणे फक्त तीनच लोक तिथे असतील. एक बाहेर आणि दोघे आत. आतले दोघे पिऊन तर्रडड होऊन बाराला झोपले की, हळूच चालत तिघांनी तिथून निघायचं. समोरच एक पडकी भिंत होती. तिच्या बाजूला कडब्याचा थर लावला होता. त्या कडब्याच्या थरावरून भिंतीचा आधार घेऊन पलीकडे रस्त्यावर उडी मारावी लागणार होती. मी आणि वीरूने थोड्या कष्टाने का होईना ते पार केलं असतं; पण राजाला ते अवघड जाणार होतं. पायाला झालेल्या जखमेमुळे त्याला नीट पळताही येत नव्हतं. त्यामुळे राजाला भिंतीपार करणं ही माझी आणि वीरूची खरी कसरत होती. बाकी प्लॅन खूप सहज होता. अडचण होती फक्त त्या तिघांची. काही झालं तरी त्यांना जाग यायला नको होती.

* * *

आजची बरीच सकाळ झोपेतच गेली. समोर मुंड्या कटत होत्या, पण आपण वाचले जाऊ याचा आनंद जास्त होत होता. बाजूला मागे आज नवीन वीसजणांची रांग लागली होती. मागच्या पाच दिवसांत एकही नवीन बैल इथे नव्हता आणि आज अचानक वीसजणांची भरती करून कसायाने कोटा मॅनेज केला होता. मी त्या सगळ्यांना न्याहाळू लागलो. बरेचजण तरुण होते, माझ्या वासरासारखे. त्यांच्या शरीरावरून तरी त्यांना विकण्यासाठी पोसलेलं दिसत होतं. सगळ्यांच्या चेहऱ्यावर प्रचंड भीतीचे भाव आणि डोळ्यांच्या कोपऱ्यात फुटू पाहणारे झरे दिसत होते. सगळ्यांच्या नजरा त्या कट्ट्याकडे खिळल्या होत्या, जिथे रोज दहा देह शिरावेगळे होत असतात. माझ्यासाठी ते काही नवीन नव्हतं. यांनाही सवय होणारच होती. तसंही मी आज रात्रीत पसार होणार होतो. मी सहज तिकडे नजर टाकली आणि माझ्या नजरेवर

माझा विश्वासच बसेना. नाही, हे शक्य नव्हतं. कदापि नाही. माणूस या थराला जाऊ शकत नव्हता. त्यांच्या त्या लोखंडी हातात कसलाच मऊपणा शिल्लक राहिला नव्हता का? किती क्रूरपणे ते ओढत आणत होते तिला. आज पहिल्यांदा मी— कदाचित आम्ही सगळे— एका गायीला सुळावर चढताना पाहत होतो. ती गाय, जिच्या दुधावर ती याच माणसाच्या लेकराला, त्या घराला पोसत असते, जिला हिंदू धर्मात सर्वांत पवित्र मानलं जातं, जिच्यामध्ये तेहतीस कोटी देव वसतात. मग ज्या तेहतीस कोटी देवांना तिने आपल्या उदरात जपलं, तिला खटाखट तुकडे करून खाण्याचा मेनू बनवायचा? तिलापण मारायचं? कधी गोमाता म्हणायचं आणि नंतर घरातून हाकलूनही घ्यायचं! लोकांना वेळ कुठाय म्हणा सांभाळायला? तसंही यांना आईबाप सांभाळायला वेळ नाही, मग आम्हाला कुठून सांभाळणार? आई-बापाला विकता आलं असतं, तर त्यांनी तेही केलं असतं.

तिला ते कसाई ज्या पद्धतीने ओढत होते, ते पाहून काळजाला चीर पडत होती. सगळीकडे निरव शांतता होती. तिच्या त्या केविलवाण्या अवस्थेची त्या निसर्गलाही कीव येत होती. त्या गाईला कट्ट्यावर ओढून आणलं. इतका वेळ तग धरणाऱ्या त्या शांततेची त्या गाईलाही भीती वाटली आणि आतड्यातून तिने तेहतीस कोटी देवांना साद घातली. ती जोराची किंचाळी आसमंताला भिडली अन् हवेत विरून गेली. कुठलाही देव उत्तर द्यायला तयार नव्हता. आम्ही इतके बैल समोर असताना नामर्दासारखे त्या गाईवर होणारा अन्याय पाहत होतो. आमच्याकडून तोडलेल्या दोऱ्या सुटल्या असत्या कदाचित; पण मृत्यूला ओढवून घ्यायची भीती अंगातून काही केल्या सुटत नव्हती. तेवढ्यात आमच्या गर्दीतून प्रत्युत्तर म्हणून हंबरडा फुटला आणि दावं तोडून

एक वासरू त्या कट्ट्याकडे धावलं. आमचं आयुष्य संपणार होतं, तरी आमचा पाय जागचा हालला नव्हता. पण ते इवलंसं वासरू धावत गेलं आणि त्यानं सरळ त्या जाड्या कसायाला शिंगावर उचलून फेकून दिलं. दुसऱ्या कसायाने लगेच बाजूचा कोयता उचलून त्या वासरावर उगारला. ते मागं सरलं, रागाने हंबरडा फोडू लागलं.

"ए बैल छूट गया रे, इधर आओ... बैल माज गया है," ओरडत त्या कसायाने इतर कसायांना बोलावलं. कसाई येऊन त्या वासराला पकडू लागले. ते धडपडत होतं, कधी घाबरतही होतं. त्या पाच कसायांनी त्याला घेरलं. कोयत्याचा, कुऱ्हाडीचा धाक दाखवून त्याला दाव्याने बांधलं. त्याने विरोध केला पण असफल. त्याला ओढतओढत त्यांनी गोठ्याकडे आणलं आणि दावणीला घट्ट बांधलं.

ते वासरू त्या गाईकडे जणू आई म्हणून पाहत होतं. त्या माउलीच्या डोळ्यांतही मायेचं पाणी तरळत होतं. दोघेही हतबल आणि असहाय. वेदना समजण्याशिवाय आणि सहन करण्याशिवाय मुके जीव काय करू शकतात? त्या माउलीच्या अंगात मान हलवण्याएवढी कणभर ताकदही शिल्लक नव्हती. त्या हैवानांना जणू रक्ताची तहान आणि मांसाची भूक होती, इतक्या तीव्र इच्छेने त्या गोमातेच्या चेहऱ्याला ते धडापासून वेगळे करू इच्छीत होते. कुऱ्हाड उचलली तशा सर्वांच्या नजरा खाली गेल्या. एका गाईची समोर होणारी हत्या पाहायची कुणाच्या रक्तात हिंमत नव्हती. खरंतर होणाऱ्या दुःखाबरोबर स्वतःची वाटणारी लाजही होती.

दिवसभर वातावरण त्याच दुःखात बुडालं होतं. रात्री निघून जायचं होतंच, कारण बघताबघता वीरूच्या समोर फक्त एकजण बाकी होता. आज दिवसही कासवासारखा संथपणे सरकत होता. हळूहळू सूर्य डोंगराआड जाऊ लागला,

दिवे लुकलुकू लागले. अंधाराने जगाला काळ्या शालीत बुडवून घेतलं.

* * *

''सर्जा, चल गड्या लवकर जाऊ या,'' तोंडातील चारा चावत चावत वीरू बोलत होता. पळाल्यावर बाहेर लवकर खायला मिळणार नाही, या विचाराने वीरूने मिळेल तो चारा वचावचा खायला सुरुवात केली होती. तसं निघायला मीही तयार होतो, एकदा राजाला भिंतीपार केलं की, सगळं सुरळीत होणार होतं. रात्र सरत होती. आज कदाचित ते दोघं येणार नव्हते, दहा वाजले तरी दोघांचा पत्ता नव्हता. एकटा तो ढोल्याच खुर्चीत आडवा पडला होता, असा की त्याची ढेरी जमिनीला टेकू पाहत होती. सगळं वातावरण शांत होतं. त्या खुर्चीतल्या बैलाबरोबर बाकीचे बैलही आता झोपले होते.

वीरूने इशारा केला, ''आत्ता निघायला हवं!''

आम्ही तिघांनी आमचं दावं बाजूला केलं आणि उभे राहिलो. तोच धाड-धाड असा जोरात दरवाजाचा आवाज आला.

''हळू वाजव ना, भैंचोद!'' झोपमोड झालेला ढोल्या रागात ओरडला.

आम्ही तिघेही पटकन जाग्यावर बसलो. ढोल्याने दरवाजा उघडला आणि ते दोघे शिव्या हासडतहासडत आत आले. हातातल्या भरलेल्या पिशव्या पाहून वीरू ओरडला,

''हरामखोर साले! आजच यांना बेत आखायचा होता.''

त्यांनी पिशव्या उघडल्या. दारूच्या बाटल्यांबरोबर आणलेला चकणाही काढला आणि गप्पा मारत त्यांची पार्टी सुरू झाली. इकडे आमचा पारा चढत होता. साला नशीबच ठरकी आमचं. वेळ पुढे सरकत होती, पण त्यांची पार्टी

संपण्याची काही चिन्हं दिसत नव्हती. साल्यांना आजच जोर आला होता, वेळ वाढत होता आणि आमचा धीर खचत होता. अखेर पाच तासांनी त्यांना आवरावं वाटलं हे नशीब. कसेबसे ते तिथेच आडवे झाले, तेही एकमेकांच्या उरावर...

तिघेही झोपलेत की नाही, याची खात्री करून घेणं खूप गरजेचं होतं. वीरूने हळूच एक हंबरडा फोडला, कुणीही जागचं हाललं नाही. मी जरा जोराने फोडला, तरीही नाही. त्यांच्या तोंडावर माशा घोंघावत होत्या, तरी ते सुस्त कुंभकर्णासारखे पडले होते.

वीरू दचकून, ''आईच्या गावात, ते बघ... जरा हळू मारायची ना...''

''का? कुणी जागचं हललंही नाही,'' मी प्रश्नार्थकपणे त्याला विचारलं.

''तिकडे बघ,'' वीरूने नजरेने मला तिकडं बघायला सांगितलं.

शीट! मागच्या चार नंबर लाइनमधला एक बैल आमच्याकडे डोळे वटारून बघत होता.

''सोड आता, तो रात्रभर झोपायचा नाही. आपल्याला निघावं लागेल.''

– वीरू. पण लगेच त्याने इकडेतिकडे पाहत डोळे मिटून मान झुकवली. आम्हाला जरा धीर आला. तिघं जाग्यावरून हळूच उठलो, चालू लागलो. बाहेर बराच अंधार होता. जाऊन कडब्याच्या थापीजवळ थांबलो, राजाला आधी वर चढवायचं होतं. मी आणि वीरू शिंगांनी राजाला वर ढकलू लागलो.

तेवढ्यात, ''मलापण यायचंय.'' अशी हाक ऐकू आली.

तिघेही जाग्यावरच थांबलो. आता कोण ओरडलं, देव जाणे! मागे बघितलं तर तोच हरामी बैल ओरडत होता. त्याला कसं सांगणार, की बाबा तुझं दावं कसं तोडणार? बरं, त्याच्या ओरडण्याने काही होणार नव्हतं, पण साल्याने बाजूच्या पाच-सहा बैलांनापण उठवल होतं.

''नको लक्ष देऊ, चल पटकन.'' मी त्याला सांगत होतो, पण वीरूचं लक्ष त्यांना शांत करण्याकडेच होतं, ''शू! शांत! शांत बस!''

''मलापण यायचंय, मला नाही मरायचं,'' एकाने हंबरडा फोडला.

''मलापण घेऊन चला.''

''मीपण येणार!''

''आँ, आँ...''

बघताबघता त्या सगळ्यांचा गलका सुरू झाला अन् व्हायचं ते झालं.

''जनावर कारं इतकी ओरडतायत?'' तिघांतल्या एकाने कूस बदलत विचारलं.

''बैंचोद साले, बेवजाह चिल्लाते रहते,'' म्हणत तो ढोल्या उठला.

त्यानं डोळे चोळ्त गोठ्याकडे पाहिलं, सगळ्या बैलांच्या नजरा आमच्याकडे पाहून तो जोरात ओरडला,

''ए उठो रे, उठो रे... बैल भाग रहा है... कोयता लेलो रे...'' तो आमच्याकडे धावत येऊ लागला. वीरू पटकन पुढे झाला आणि त्या ढोल्यासमोर उभा राहिला. आता मला राजा जड झाला होता, चढता चढेना. शेवटी घसरून तो खाली आला. तोपर्यंत बाकीचे दोघं कसाई हातात कोयते घेऊन तिथे पोचले. आता मी आणि राजाही वीरूबरोबर उभे राहिलो. तीन कसलेले कसाई हातात कुऱ्हाडी, कोयते

घेऊन आणि समोर तीन थकलेले म्हातारे बैल. सामना खरंच घमासान होणार होता.

"ए अस्लम, एक पण पळाला नाय पाहिजे. दहा हजारचा एक बैलंय. गेला ना तर मालक आपल्याला सोडायचा न्हाय." जाड्या कोयता उगारत पुढे सरकला. त्यांच्या हातून सुटका होणं शक्य वाटत नव्हतं.

"तू जा सर्जा," राजा पुढे सरसावला.

"अरे पण तुम्हाला सोडून..." मी मागे हटणार नव्हतो.

"माझ्यासाठी नको थांबू, तू पण मरशील. जा लवकर..." रागाने ढोल्याकडे बघत राजा हंबरला.

पण मला ते पटत नव्हतं, या दोघा मित्रांना मरणाच्या दारी सोडून, जगायला मी जाणार नव्हतो.

"विचार नको करू सर्जा, निघ इथून," वीरूही कडाडला.

मी त्या भिंतीकडे पाहिलं. त्या मला हाका मारून जणू बोलवत होत्या. या मरणाच्या पल्याड जाण्यासाठी जणू गुडघे टेकून उभ्या होत्या.

"आमच्यासाठी नको थांबू... जा... खिलारीसाठी तरी जा..." – राजा.

मी जरा मागे सरकलो, कसायांच्या लक्षात आलं, ते पुढे सरकू लागले. राजा आणि वीरू काही केल्या मागे हटत नव्हते. मी डोळे मिटले, खिलारीचा तो सुरकुत्या पडलेला, माझी वाट पाहणारा चेहरा समोर आला. डोळे उघडले आणि अंगातली सर्व ताकद एकवटून त्या भिंतीकडे पळत सुटलो. जोर लावून झपकन त्या कडब्याच्या थप्पीवर चढलो, तिथून पडक्या भिंतीवर जोराची झेप घेतली.

"सर्जा ऽऽऽ!" राजाची जोराची हाक कानावर आली, मागे पाहिलं, "जपूनऽऽऽ"

वाऱ्याला कापत सपसप करत धारदार कोयता माझ्या

दिशेने येत होता. मी उडी घेतली होती. पडक्या भिंतीवरून पलीकडे जाणार तोच सपसप आलेला कोयता खटकन माझ्या शेपटीवर बसला. मी भिंतीपलीकडे कोसळलो. कोसळताना राजा अन् वीरूच्या पाणावलेल्या नजरा डोळ्यात शेवटच्या टिपून घेतल्या. मी बाहेरच्या रस्त्यावर पडलो. कोयता आणि त्याने तोडलेली शेपटी, दोन्हीही भिंतीवर रोवून बसल्या होत्या.

मी सर्जा, आता बिनशेपटीचा बैल झालो होतो.

उंचावरून पडल्याने अंगाला जरा खरचटलं होतं, शेपटी तुटल्याने त्यातून रक्त वाहत होतं. तरी मला जोराने धावावं लागणार होतं, कारण कसाई मला शोधल्याशिवाय राहणार नव्हते. मी धावत होतो, जिकडे जागा मिळेल तिकडे. दाही दिशांना गर्द अंधार होता, मध्येच दूरचा एखादा दिवा चांदणीसारखा चमकायचा अन् परत गायब व्हायचा, तरीही मी धावतच होतो— मृत्यूपासून दूर. पुढे काय मिळेल माहीत नव्हतं तरी धावत होतो. कदाचित खिलारीसाठी. ती कुठे असेल, याची मला कल्पनाही नव्हती. जिवंत तरी असेल का, हेही माहीत नव्हतं. डोक्यात वीरू आणि राजाची काळजी होती, ज्यांचं आयुष्य कदाचित उद्या सकाळी संपणार होतं. या सगळ्या विचारांच्या वेगाबरोबर मीही धावत होतो. कुठे? कसा? माहीत नव्हतं. फक्त दूर— त्या मरणापासून, सध्यातरी, हातभर का होईना, पण दूर— एकटा...

जन्म आणि अनुभव

जन्म होतो म्हणजे नक्की काय होतं? देव मला पाठवतो की मी प्रकट होतो? की आईच्या पोटात काहीतरी केमिकल लोचा होतो आणि मी तिच्या पोटात वाढतो? माझं अस्तित्व मला आधी कळतं की इतरांना? प्राणी मुळात कसा जन्मतो? असं आईच्या पोटातून वगैरे एवढा मोठा मी जन्माला आलो, यावर आधी विश्वासच बसत नाही. मी बाहेर कसा येतो? आतून येतानाच वासरू इतकं मोठं कसं असतं? माणसाच्या हातातलं बाळ तर किती इवलंसं असतं! माणूसपण असाच जन्मतो का? म्हणजे आजूबाजूला असणाऱ्या सगळ्या गोष्टी अशाच जन्म घेतात का? असे एक ना अनेक प्रश्न माझ्या डोक्यात नेहमी गर्दी करत असत. मला त्या वेळी यातलं काहीच उमगलं नव्हतं. पण जसाजसा मोठा होत गेलो, तसंतसं मला एकेक रहस्य उलगडत गेलं आणि प्रत्येक वेळेस मिळालेली माहिती हा माझ्यासाठी एक अनपेक्षित धक्का असायचा.

मला आजूबाजूचं काहीच माहीत नव्हतं. फक्त एवढं कळलं होतं की, माझ्या शेजारी असणारी गाय ही माझी आई होती. जसं मला आठवतंय, तसं मी नेहमी आईजवळ बांधलेला असायचो. जवळ असायचो, पण तिचं दूध पिता येणार नाही इतक्या दूर. म्हणजे जवळ होतो पण लांबही. मला सुरुवातीला नीट उभंही राहता येत नव्हतं, तेव्हा ती

नेहमी सोबत असायची आणि आधार द्यायची. माझी आई—
पांढरी, अगदी माझ्यासारखी— गोमाता म्हणून माणसांनी
घरात जसा फोटो लावलेला असतो, जराशी तशीच वाटणारी—
ऐटदार शिंगांची, अर्धवट हसऱ्या चेहऱ्याची, खूप सोज्ज्वळ,
माझ्याकडे सारखी पाणावलेल्या डोळ्यांनी पाहत राहणारी.
मालकही तिची खूप काळजी घेणारा; कारण सगळ्या गाईंमध्ये
जास्त दूध ती द्यायची. एकदा बादली खाली धरली की ती
भरून वाहेपर्यंत तिचं दूध निघायचं. म्हणजे मला जेवढं
मिळत असेल, त्याच्या दहापट दुधावर आख्खं घर चालायचं.
आईचं दूध घरी किंवा रतिबाला घालायचं ठरलेलं असायचं.
कारण एकमेव— दुधाची क्वालिटी. बाकी गाईंचं दूध हे
दूधडेअरीच्या ड्रममध्ये पडायचं.

आई जास्त बोलायची नाही, नुसती अंगाला चाटत
बसायची. मग मीच तिला काहीतरी विचारायचो आणि ती
उत्तर देऊन परत शांत बसायची.

''आई, मला तुझ्यासारखी शिंगं का नाहीयेत गं?''
माझ्या या प्रश्नावर आई हळूच हसून म्हणायची, ''बाळा, तू
अजून लहान आहेस, मोठा झाला की, तुलापण येतील
शिंगं.''

बस्स! आई एवढंच सांगायची. कट्ट्यावर आजी जशी
बाळाला गोष्ट सांगते, तशी गोष्टही सांगायची नाही. ना
देवाची, ना बिरबलाची, ना राजा-राणीची... ना आमच्या
कुळातल्या कुणा शूर-वीराची. बाजूच्या इतर गाईंशीही
कामापुरतीच बोलायची. त्याही तशाच होत्या म्हणा. इथं
घरातल्या बाया किती बोलत बसतात, दिवस-रात्र त्यांची
तोंडं थकत नाहीत आणि या? दिवसभर नुसतं जाग्यावर
बसून असतात. कुणाशीही न बोलून तिला कंटाळा येत
नसेल का?

पण मला करमायचं नाही. वाटायचं; हे दावं तोडावं अन् सुसाट वाऱ्यासारखं धावत सुटावं, या रानातून त्या रानात. हिरव्यागार गवतांच्या गालिच्यावर अंग झोकून धावं, बाजूच्या बैलांकडे जाऊन गप्पा मारत बसावं, सोबत पाणवठ्यावर पाणी प्यावं. रात्रभर रानात धिंगाणा करत नाइट आउट मारावं. पण सगळं या दाव्यामुळं अडत होतं.

माझा बाप कोण? हा मला पडलेला सर्वांत मोठा प्रश्न होता. आईचं म्हणणं होतं की, आपल्यात बाप कुणीही असतो. संसार नावाची काही गोष्टच नसते. काय! हे माझ्यासाठी खूप शॉकिंग होतं.

"म्हणजे आपलं घर नसतं, आई-बाबा, तू मी सोबत राहत नाही?" मी प्रश्नार्थकपणे विचारलं.

"नाही. माणसं सोबत आणि एकत्र राहतात, जनावरे नाही." आईने एका वाक्यात स्पष्ट सांगितलं.

बाकी सगळ्या जनावरांनी जरी हे मान्य केलं असलं, तरी मला हे पटलेलं नव्हतं. असं का? त्यांना दोन हात आहेत म्हणून ते सगळं मनासारखं करू शकतात. आपल्याला देवाने चारही पायच दिले यात आपली काय चूक? मी बऱ्याच वेळा माणसासारखं ताठ उभा राहायचा प्रयत्न केला; पण प्रत्येक वेळी मी खाली पडलो.

कधीकधी मला त्यांचा खूप राग यायचा. आम्हाला बांधून ठेवणारे ते कोण? अशी कशी कुणाची मालकी घेऊ शकतात ते? आम्ही काय गुलाम आहोत काय? असे विचार करून मी माझंच डोकं तापवून घ्यायचो. पण नंतर लक्षात येत गेलं, आम्ही जनावरं होतो. आम्हाला खायला देण्याच्या, पोसण्याच्या बदल्यात माणसं आमच्याकडून काम करून घेत होती. जसा माझा मेंदू विकसित व्हायला लागला, तसा तो राग कमी होत गेला. कारण म्हणावा इतका अन्याय,

अत्याचार आमच्यावर कुणी करत नव्हतं. आणि मेंदू कमी विकसित असल्याने आणि माणसांसारखी बुद्धी नसल्याने आमचा असा वापर होणं अपेक्षितच होतं. कुठल्याही ठिकाणी जास्त शिकलेले, हुशार लोक कमी बुद्धीच्या लोकांचा वापर करून घेतात, तसंच आमचंही होतं. काम केलं तर खायला मिळेल, ही सिम्पल डेफिनेशन.

* * *

मी बऱ्याच गोष्टी वेळच्या वेळी समजून घेण्याचा केविलवाणा प्रयत्न करत होतो, पण आजूबाजूची दुनिया समजायलाच मला एक वर्ष गेलं.

आम्ही अशा ठिकाणी होतो, जिथे चारही बाजूंनी हिरव्या रंगाची लादी होती. मनमोकळी खेळणारी मस्त थंडगार हवा, समोर लांबपर्यंत पसरलेली लिंबाची झाडं, त्यात मध्येच डोकावू पाहणारं लाल रंगाचं गुलमोहर... त्या झाडांवर किलबिल करणाऱ्या चिमण्या, आजूबाजूला अस्ताव्यस्त पसरलेली घरं, सरड्याने रंग बदलावा तशी रोज कपडे बदलणारी माणसं... सगळं सुखकर जग... मला खूप आवडलं होतं.

आम्ही ज्या घरी होतो, त्या घरात सात माणसं राहत होती. आमचा मालक दिसायला सावळा, रुबाबदार, पिळलेलं अंग जणू पहिलवान... बैलांवर खूप जीव त्याचा... नेहमी आमची काळजी घेत असे. त्याच्याबरोबरची गोरीपान, साजूक तुपासारखी मालकीण. माझ्या आईसारखीच शांत, कमी बोलणारी आणि पोरांवर जीव ओवाळणारी. त्यांना तीन मुलं, पहिला प्रताप, दुसरी गोड गळ्याची रेणूताई आणि तिसरा, माझा सर्वांत चांगला मित्र नंदकिशोर.

यांच्या जोडीला कुबड्या खवीस म्हणजे मालकाचा बाप— दाताच्या कवळ्या तोंडात घेऊन काठी टेकतटेकत उगाच

इकडेतिकडे फिरत राहायचा. सारखं कुणावर ना कुणावर ओरडत बसायचा. साधं त्या कुत्र्यांनाही बोलणं सोडायचा नाही. पण आजी, त्याच्या एकदम उलट— सगळ्यांचे लाड करणारी, जवळ घेऊन मायेने कुरवाळणारी— तिची माया बघून कधीकधी मलाही वाटायचं की, आपणही तिच्या कुशीत जाऊन बसावं, तिनं माझ्या डोक्यावरून मायेनं हात फिरवावा.

हे असं गुण्यागोविंदाने राहणारं आमच्या मालकाचं घर.

आमच्या कुळात जसा मी तिथे लहान होतो, तसा त्या घरातही एक लहान बाळ होतं. या घरातला माझ्या सगळ्यात जवळचा—नंदकिशोर—सगळ्यांचा कृष्णा.

तो जवळ येऊन उगाच अंगाशी खेळत राहायचा, मध्येच शेपटी धरून ओढत राहायचा, नाकातली वेसण धरून हिसके घ्यायचा, कान जोरात ओढून कानात कुर्रर्रर्रर्र करायचा आणि माझे हाल बघून जोरात उड्या मारत हसायचा. खूप राग यायचा, मी इतका मोठा प्राणी त्याच्यासमोर असूनही तो जराही घाबरायचा नाही. पाटीलघराण्याचा इतका माजही असू नये. वाटायचं, मागच्या पायाने लाथ मारून त्याला सरळ एक कोस दूर फेकून द्यावा. पण त्या कोवळ्या निरागस चेहऱ्याकडे पाहिलं की, विचार बदलायचा.

त्याचं हे रोज सुरू होतं. आजूबाजूला कुणी लहान मुलं नसल्याने खेळायला त्याला मीच लहान म्हणून सापडलो होतो. आधी राग यायचा; पण नंतर त्याचं गोड हसणं पाहिलं की, सारा राग विरून जायचा. मग नंतर मीही त्याच्यासोबत खेळायला लागलो. त्याने काही खोड केली की, मी शेपटीने त्याच्या तोंडावर जोराचा फटका मारायचो, नाहीतर सरळ दुसणी घ्यायचो. हळूहळू आमचं नातं फुलायला लागलं. कदाचित ते मित्रत्वाच्या सुंदर नात्यात हळुवार गुंफलं गेलं.

नंतर तर आम्ही खूप मस्ती करायला लागलो. मी जसा चरायला बाहेर जायचो, तसा तोही माझ्यासोबत यायचा. जनावराला पाणी पाजायला मालक निघाला, की कृष्णा पळत यायचा. माझं दावं सोडायचा आणि मला घेऊन पाणवठ्यावर जायचा. पाणी पिऊन झालं तरी परत तोंड पाण्यात दाबून बळंच पाणी प्यायला लावायचा. मग स्वतःच परत आणून जागेवर बांधायचा. कधीकधी मला मस्ती आली की मी पळायचो. तो दावं पकडून ठेवायचा खूप प्रयत्न करायचा, पण माझ्या ताकदीपुढे तो कमी पडायचा. मग मी पुढे पळायचो आणि तो माझ्या मागे. या रानातून त्या रानात उड्या मारत मी धुमशान घालायचो, मला खूप मज्जा यायची. कृष्णा पळूनपळून वैतागायचा, ढेकळाच्या रानात गेलो की त्याची अजून वाईट हालत व्हायची. ढेकळांतून त्याला काही नीट पळता यायचं नाही. शेवटी मी थकलो की थांबायचो आणि मग कृष्णा माझ्याजवळ येऊन मला असा पकडायचा, जणू त्याने मला धावताधावताच पकडलं. कधीकधी मीही त्याला मुद्दामून सापडायचो; कारण सुटलेल्या बैलाला पकडल्यावर त्याला जो आनंद मिळायचा, ते पाहूनच माझं मन भरायचं.

कधीकधी तर इतका धुडगुस घालायचो की, मालकाला वाटायचं बैल माजलाय. मग तो आसूड घेऊन आला की, मी गप माझ्या जागेवर जाऊन उभा राहायचो.

मी रोज कृष्णा शाळेतून यायची वाट पाहायचो, तोही आला की दप्तर टाकून लगेच माझ्याशी खेळायला यायचा. येऊन दिवसभराच्या गमतीजमती सांगायचा. सुरुवातीला तो काय बोलतो हे कळायचं नाही, त्याची भाषा समजायची नाही; पण तो इतक्या आविर्भावाने सांगायचा की, त्याच्याकडे पाहत ऐकत राहावंसं वाटायचं. त्याचं ते निरागस सांगणं,

गोड आवाज हवाहवासा वाटायचा. त्याच्या या सवयीमुळे मी हळूहळू मराठी भाषा शिकू लागलो, समजू लागलो. पण बोलता येत नव्हती. आधी प्रयत्नही केला खूप, पण हंबरड्याशिवाय शब्दच फुटत नव्हते. कृष्णाचं सारं मी शांतपणे ऐकायचो, जणू कृष्णा भगवद्गीता सांगत असल्यासारखा आणि मी अर्जुनासारखा. त्याच्या बोलण्यातून, त्याच्या ओठांच्या हालचाली मी निरखून पाहू लागलो. तो बोलता बोलता करणाऱ्या हातवाऱ्यांमुळे त्याचं बोलणं जराजरा समजू लागलं. पाराच्या बाजूलाच आमची दावण असल्याने तिथं होणाऱ्या सगळ्यांच्या गप्पा कानावर पडायच्या. गावातल्या घडामोडींपासून ते भारताच्या राजकारणापर्यंतची उठाठेव तिथे होत असायची. खरंतर इशाऱ्यावरूनही मी बऱ्याच गोष्टी शिकलो. हाक मारताना 'ए' असं ओरडून पुढे त्या माणसाचं नाव घेतलं जाई, बोलवायचं असेल तर 'इकडे ये', जेवताना 'खायला चल', काही द्यायचं असेल तर 'देऊ का?', नको असेल तर 'नको' असे एक ना अनेक शब्द मी रोज रोज शिकत होतो. हळूहळू त्यांची भाषा शिकू लागल्याने आजूबाजूला घडणाऱ्या इतर गोष्टीही मला समजू लागल्या. जसं ग्रामपंचायत म्हणजे काय, निवडणुका, धान्य, उत्पादन, पेपरमधील बातम्या, चित्रपट, गाणी या सगळ्यापासून आई-बहिणीवरून दिल्या जाणाऱ्या शिव्यांपर्यंत सगळं. ही डिक्शनरी आता डोक्यात फिट बसत चालली होती. थोडक्यात, कृष्णाचं बोलणं, पारावरच्या लोकांच्या तासन् तास चालणाऱ्या गप्पा, घरातल्या गोष्टी यांमुळे मी कधी त्यांची भाषा समजू लागलो, हे आठवणं जरा कठीणच.

त्याचा मला बराच फायदा होऊ लागला. बहुभाषिक झाल्यामुळे गोठ्यामध्ये माझी रेप्युटेशन लगेच वाढली. इतर जनावरांची, मालक काय बोलतो, त्याचा मूड कसा आहे, हे

जाणून घ्यायची उत्सुकता शिगेला पोचायची. सगळे मला मान देऊ लागले होते. आणि या सर्वांचं श्रेय जातं माझ्या गुरूला – कृष्णाला.

कधीकधी तो रेडिओ आणून माझ्या कानाला लावून गाणी ऐक म्हणायचा, कधी थंडीत अंगावर रजई टाकायचा, कधीकधी तर तो मला दरवाजात बांधून सिनेमा बघ असंही म्हणायचा. अभ्यासही माझ्यासमोर बसूनच करायचा. त्याच्या या सगळ्या गोष्टींना घरातील सर्व हसायचे. पण आमच्यातील हळुवार नाते घट्ट होण्याची ती सुरुवात होती.

कधीकधी मलाही कृष्णाशी बोलावं वाटे, त्याच्याशी खेळावं वाटे. साला देवाने पण फक्त पायच दिले, हात नाहीच. कसं खेळणार, काहीच करता येत नव्हतं.

बोलायचं कसं? समजून तरी कसं सांगणार? ना मायेने हात फिरवता येतो, ना हातवारे करून गोष्टी फुलवता येतात. कितीतरी गोष्टी आम्हाला करता येत नव्हत्या. या सगळ्याचं मुख्य कारण म्हणजे हात. कदाचित हात असते तर न बोलताही आम्ही बऱ्याच गोष्टी करू शकलो असतो. जाऊ द्या. पण हे सगळं स्वप्नच—हो हो, आम्हालाही स्वप्नं पडतात बरं का! कधी भीतीची, कधी मौजमस्तीची, कधी मरणाची, कधी स्वातंत्र्याची.

* * *

सकाळी उठलो, आणि बघतो तर काय? माझ्या हाताला बोटं आली होती. मी उठायला लागलो तर चक्क माणसासारखं मी उभा राहिलो. माझा विश्वासच बसेना. मग मी हाताने दावं सोडलं, मस्त अंघोळ केली, छान कपडे घातले. चेहऱ्यावर पावडर, डोक्यावर टिळा लावून बाहेर पडलो. बाहेर आमची सगळी बैलगँग माझी वाट बघत उभी होती. तेही चक्क दोन पायांवर उभे होते. मग आम्ही बाहेर गेलो, खूप मस्ती केली.

गप्पा मारताना एकमेकांना टाळ्या देत होतो, शेकहँड करत होतो. हे सगळं खूप भारी वाटत होतं. त्यानंतर आम्ही हॉटेलमध्ये पोटभर जेवण केलं, तेही हाताने. मग बाजूच्याच रानातल्या झाडाखाली ताणून दिली. गाढ झोपेत होतो, तेव्हा कृष्णा तिथे आला. मला हाक मारायला लागला, उठवायला लागला. मी डोळे चोळत उठलो. मला माझ्या हाताची बोटं दाखवून त्याला सरप्राइज करायचं होतं. म्हणून मी त्याला शेक हँड करायला गेलो,

"शंभू, लाथ का मारतोय?" कृष्णा मागे सरकला.

मी दचकून डोळे उघडले तर माझे दोन हात पायच होते. शिट! परत तेच. बाजूला बघितलं तर सगळे बैल आपापल्या तंद्रीत होते. का? स्वप्नात वाटतं तसं का होत नसतं?

"शंभू, आज मी तुझ्यावर निबंध लिहिणारे बरं का? नीट ऐक हं!" कृष्णा पाटी घेऊन समोर आला होता. मोठ्याने बोलत तो लिहू लागला.

"माझा आवडता प्राणी बैल. आमच्या बैलाचे नाव शंभू आहे. त्याला दोन शिंगे, दोन कान, एक नाक आणि चार पाय आहेत. तो रंगाने पांढरा आहे. आमच्या सर्व बैलांत तो लहान आहे. त्याला आम्ही चारा देतो, तो आवडीने खातो."

"नाही, किती कडू लागतं ते गवत!" – मी.

शंभूचं बोलणं चालूच होतं, "रोज आम्ही त्याला आईचं दूध प्यायला सोडतो. दूध पिऊन तो खूप खूश होतो."

"आईचं दूध नीट पिऊपण देत नाही तुम्ही..."

किती चुकीचा निबंध लिहिलाय याने! मी मध्येमध्ये ओरडून सांगतही होतो की, असं नाहीये; पण कृष्णालाही कळलं तर ना?

"का हंबरतोय इतका? तहान लागलीये का?" असं विचारून तो समोर पाण्याची बादली ठेवून गेला.

कृष्णा मला नेहमी म्हणायचा, 'माझ्या लग्नात घोडा नाही आणणार मी. तुझ्यावर बसूनच वरात काढायची.' मीही आपला घोडा बनून घोड्यासारखा नाचायचा प्रयत्न करायचो, पण मला ते जमायचं नाही. लहान मुलं काय विचार करू शकतात, याचा कुणीही अंदाज करू शकत नाही.

पत्र वाचण्याचा आणि लिहायचा त्याला खूप छंद. कधी आलेली पत्रं मोठ्याने वाचून दाखवायचा, तर कधी समोर बसून पत्र लिहायचा. पत्रात तो आई-बापापासून, आजी, काकापर्यंत लिहायचा. नंतरनंतर तर तो आमच्याबद्दलही लिहायला लागला की, शंभू, बत्ताश्या, परश्या खूश आहेत; पोटभर खातात. त्यांचं कामही मस्त चालू आहे. आमचं काम तसंही मस्तच चालू होतं. कारण पावसाळा सुरू झाला होता. पावसाळ्यात तेवढी आमची मजा असते. नुसतं बसून खाणे आणि झोपणे. फुकटचं खायला मिळतं, पण कधीकधी जोराचा पाऊस आला तर वाट लागते.

पावसात आमचं घर, म्हणजे गोठ्याचं छप्पर गळायचं. पावसाचं पाणी टपकत राहायचं तर कधी बदकन मोठं भोक पडून बदाबदा पडायचं. पण माणसाचं घर एकदम शाबूत असायचं. मला नेहमी त्याचं कौतुक वाटायचं. एकदा म्हटलं बघावं घरात डोकवून... असतं कसं माणसाचं घर? या बंद राहणाऱ्या खोलीत नक्की असतं काय? त्या दिवशी सगळे रानात गेले असताना, मी हळूच आत शिरलो.

गच्च भरलेलं घर— दरवाजातून समोर पाहताच गणपतीचं दर्शन. विठ्ठल, तुकाराम, ज्ञानेश्वर, शिवाजीमहाराज, खंडोबा, स्वामी समर्थ अशा बऱ्याच देवांच्या फोटोंची त्याच्यावर रांग लागली होती. मध्येमध्ये मालकाच्या पूर्वजांचे फोटो होते. समोर फुलदाण्यांनी सजवलेलं मस्त कपाट होतं, त्याच कपाटात मधोमध टीव्ही ठेवला होता. बसायला खाली

राजेशाही पद्धतीने गादी ठेवली होती. आतमध्ये एका कॉटवर गादी टाकलेली होती, ज्यावर हे सगळे झोपत असतील. एका खोलीत मोठं गोलाकार काहीतरी होतं, ज्याच्या बाजूला मला थोडे गहू दिसले. बहुतेक शेतातलं धान्य ते यात साठवत असावेत. त्याच्याच बाजूला पणतीने उजळलेला पूजेचा देव्हारा दिसत होता. घरात मला बऱ्याच वेगवेगळ्या गोष्टी दिसल्या ज्यांचा मी अर्थ शोधत होतो; पण तो मला काही सापडला नाही. एकंदर माणसांचं घर छान सजवलेलं होतं.

मग मलाही वाटलं, माझंही असं घर असावं. घरात आमच्या पूर्वजांचे फोटो असतील, त्यावर गवताचे हार, मधोमध नंदीचा फोटो, रोज कामावरून आलं की मी घरात येणार, माझं लग्न झालेलं असेल, ती मला माठामधलं गारगार पाणी देणार, मग तिच्या हातचं मस्त जेवण, माझं बारकं वासरू घरात खेळण्याबरोबर खेळत असेल. धडपडलं की आई 'बाबला' म्हणून जवळ येईल. त्याला थोपटून थोपटून आम्ही झोपवू. मी आणि माझी बायको, आम्ही आतमध्ये खाटेवर मस्त बसणार, तिथेच पांघरूण घेऊन डोक्याखाली उशी ठेवून झोपणार. काय मस्त आयुष्य असेल ना! आम्हालाही असं जगायला मिळालं तर! आमचं इतकं नशीब कुठे? या बाबतीत एक प्राणी मात्र खूप नशीबवान होता, ज्याच्यावर आम्ही खूप जळायचो, तो म्हणजे टायगर.

एवढं सांगितलं, पण आमच्या टायगरबद्दल सांगायचंच विसरलो. तशी त्याची आमच्या फॅमिलीत एन्ट्रीही उशिराच झाली होती म्हणा. कुठल्या एका पाव्हण्याने गावाकडून येताना त्याला आणलं होतं. तशी त्यांनी बारा कुत्री वेगवेगळ्या पाहुण्यांकडे पोचवली होती. प्रत्येकाचं नाव टायगर ठेवावं,

ही त्याची मनापासूनची इच्छा. खेड्यात कसं असतं, माणसं म्हाताऱ्या माणसाला असं दौऱ्यावर पाठवत असतात. एकतर त्याची फिरायची हौस पूर्ण होत असते आणि घरात जरा तेवढीच पंधरा दिवस शांतता नांदत असते. तर आमचं माननीय टायगर नावाचं कुत्रं— प्रचंड चाबरं, सारखं काही ना काही उचापती करत राहायचं. रात्री राखण कमी, झोपायचा जास्त आणि दिवसा माणसं आली की, त्यांच्या अंगावर जायचा. एकतर त्या मरतुकड्या कुत्र्याला टायगर का म्हणत होते, तेच आम्हाला कळत नव्हतं. खरा वाघ यांनी कधी बघितला नव्हता वाटतं, किंवा हे त्या शहाण्यालाच त्यांचा वाघ समजत होते. हा कधी काय करेल, याचा नेम नसे. माणसाचे वाईट गुण जणू हा जन्मतःच घेऊन आला होता.

आजूबाजूच्या वस्त्यांतील जवळपास पाच-सहा कुत्र्यांबरोबर त्याची अफेअर चालू होती. त्या प्रकरणात बऱ्याच वेळा तिथल्या कुत्र्यांकडून चांगला मारही मिळाला होता. मध्येमध्ये तर दारात जाऊन कुईकुई करून आजीकडून भाकर घेऊन जायचा आणि चिंचेच्या झाडाखाली जाऊन त्याच्या मैत्रिणीला द्यायचा.

आम्हाला का बरं असं मोकळं नव्हते सोडत? त्याच्यावर इतका विश्वास, इमानदारीचं लेबल आणि आम्हाला असं का? आम्हालाही बाकीच्या वेळी बाहेर हुंदडावं वाटतं.

आधी जरा द्वेष वाटायचा त्याचा. मनाने चांगला होता, पण त्याची ही मस्ती उगाच खुपायची आम्हाला. आला की मालकाला चिकटायचा, जणू त्याचा लाडकाच. पण काम काही नाही करायचा. माणसाची ही कला त्याने चांगलीच आत्मसात केली होती. मालकाच्या पुढेपुढे केलं, तो जाईल तिकडे त्याच्या मागे गेलं की मालकाला वाटतं, याचा आपल्यात खूप जीव. मग मालकही लाड करतो. त्याच्या या

स्किलचं कौतुक वाटायचं. आता मलाही वाटायचं की, आपणही मालकाच्या मागंमागं गावात जावं, पण मालकानं आसुडानी झोडपला असता.

आमच्या घराच्या थोडंस पुढे, एक मैलभर अंतरावर सुंदर तळं होतं. पावसाळ्यात धोधो पाऊस पडला की, ओढ्यानी पाणी खळखळ वाहत त्या तळ्यात यायचं. एकदा तळं भरलं की, रोज तिकडे तीन-चार वाऱ्या ठरलेल्या असायच्या. दोनदा पाणी प्यायला आणि मध्येमध्ये आम्हाला धुवायलाही तिथेच घेऊन जायचे. त्या थंड पाण्यात पोहायला पण काय झाक मजा यायची! कृष्णा तर पाण्यातून लवकर बाहेर यायचाच नाही. जेव्हा मालक हातात काठी घेऊन ओरडत यायचा, तेव्हा पलीकडच्या बाजूने बाहेर निघून तो 'आई आई' ओरडत घराकडे पळत सुटायचा.

कधीकधी या निसर्गाचं अप्रूप वाटायचं. एवढा कसा दिलदार आणि लहरी हा? याच्या जिवावर आपण जगतो. जर हा आपल्या आजूबाजूला नसताच, तर आपलं अस्तित्वच राहिलं नसतं.

* * *

मला एकदा प्रश्न पडला, मी नक्की दिसतो कसा? माझापण चेहरा आईसारखाच असेल का? पण मला कसं कळणार? मी माझे डोळे फिरवून पाहण्याचा वेडा प्रयत्न केला, पण मागचं काहीही दिसत नव्हतं. हे अवघड होतं, म्हणजे आयुष्यभर आपण आपला चेहरा पाहायचाच नाही? पण माझा तो गैरसमज लवकरच दूर झाला. एकदा पाणी पिताना त्या बादलीत कुणीतरी बैल मला दिसला. बादलीत बैल? मी चक्रावलोच! सगळ्यांना पहिल्यांदा स्वतःच्या चेहऱ्याचं प्रतिबिंब दिसल्यावर जे वाटतं, अगदी तसंच!

आणि मग मला कळलं की, तो मीच आहे आणि पाण्यात दिसते ती माझी प्रतिकृती!

खरी मजा तेव्हा आली, जेव्हा कृष्णाने काहीतरी विचित्र वस्तू आणली. ती वस्तू समोर धरली की, पाण्यात दिसतं तसं दिसायचं. नंतर कळलं की, त्याला आरसा म्हणतात. त्यात बघितलं, तर चक्क मला दोन बोथट शिंगं आली होती. व्वा! आता कधी पाणवठ्यावर जाईन असं व्हायचं. आमच्यासाठी तोच एक आरसा, जो आम्हाला आम्ही कसे आहोत ते दाखवतो. मग पाणवठ्यावर गेलो की सारखं, जोपर्यंत मालक हाकलत नाही तोपर्यंत, शिंगांकडे पाहत राहायचो. मग मालक आम्हाला तिथून हाकलून घेऊन जायचा.

मला नेहमी प्रश्न पडायचा, माणसाकडे या जगावेगळ्या गोष्टी येतात कुठून? आम्हाला तर कधी सापडत नाहीत. कधी काय तर बटण दाबलं की, लाइट मारणारी वस्तू घेऊन आले, कधी एका डब्यातून गाणी ऐकू यायची, कधी टीव्हीमध्ये चित्रं दिसायची. तिकडे लांब विहिरीवर बटण दाबलं की, इकडे पाइपातून पाणी बाहेर यायचं. एकदा आमच्या घरी मालकाच्या मुलीचं – रेणूताईचं – लग्न होतं, तेव्हा काय तो कॅमेरा पहिल्यांदा मी पाहिला होता. सगळी लग्नसराई होईपर्यंत मी पाहत होतो. तो कॅमेरा पुढं आला की, सगळे हसत होते. असं काय होतं त्यात? एवढंसं तर होतं. चमकायला लागलं की सगळे हसायचे. बाजूचे म्हातारा-म्हातारी शिव्या देऊ देऊ भांडत होते. त्यांना कॅमेरासमोर नेलं की, जणू लक्ष्मी-नारायणाची जोडी असल्यासारखे शांतपणे उभे होते. त्यांच्या चेहऱ्यावर जणू लग्नानंतर पहिल्यांदाच हसू फुललं होतं. लग्नात जेवण झाल्यावर सगळ्यांची धडपड फोटो काढायचीच होती. सगळ्यांना आपल्या पोराबाळांसोबत

फोटो काढायचा होता. सगळ्या दुनियेचे फोटो काढून झाल्यावर कृष्णा त्या फोटोवाल्याला घेऊन माझ्याकडे आला. माझ्या आणि बत्ताश्याच्या मध्ये थांबून त्याला फोटो काढायचा होता. तो आमच्यामध्ये उभा राहिला आणि हसून म्हणाला, स्माइल! त्याच्या चेहऱ्याकडे पाहून मला पहिल्यांदा स्माइल या शब्दाचा अर्थ कळाला. फोटोग्राफरने बटण दाबलं आणि फोटो निघाला. नंतर काही दिवसांनी कृष्णा मला फोटो दाखवायला आला. फोटो दाखवून तो म्हणाला,

"मी म्हटलं होतं ना स्माइल. तुम्ही स्माइल करताना दिसतच नाहीये."

कसं दिसणार? जनावरं स्माइल करतात का? खूश असली तर चेहऱ्यावरून कळतं का? मुळात या चेहऱ्यांवर दिसणाऱ्या भावनांकडे कुणाचं कधी लक्ष असतं का? खरंतर मी हसलो होतो, अगदी मनापासून. पण कुणाच्याच ते लक्षात आलं नव्हतं.

कृष्णा वाढत होता, सोबत मीही वाढत होतो. तो बुद्धीने जास्त वाढत होता, तर मी अंगाने. बरीच वर्षे लोटली. बालपण कदाचित संपल होतं. आता मी वासरू नव्हतो राहिलो; मी बैल झालो होतो. आमच्यात तसं ठरावीक वय असं काही नसतं. बैल अंगाने मोठा झाला की, तो कामाला तयार झालाय, हे ठरलेलं. तसं लहान मुलात मी पाहतच राहतो, काही इतके फुगलेले असतात की, त्यांचं वय नेहमी पाच वर्ष मोठंच असतं आणि काही लहानपणापासून इतके खुजे असतात की दहावीतलं पोरगंही पाचवीतलं वाटतं. तुमच्यात कसं अठरा वर्षांनंतर तुम्ही तरुण होता, तसं आम्ही तीन वर्षांनंतर होतो.

आता बैलगाडीसाठी मला पहिल्यांदा जुंपलं. बाजूला बत्ताश्या नावाचा सीनिअर बैल होता. दोघांना पहिल्यांदा

एकत्र आणलं होतं. मानेवर ठेवलेली पासण, गळ्यात पट्टा गुंडाळून रोवलेला खिळा, अशा अवस्थेत ती गाडी ओढायची. कधी माणसांनी, कधी कडब्याने तर कधी गवताच्या पेंढ्यांनी भरलेली. सुरुवातीला खूप त्रास झाला, पण नंतर बत्ताशासारखी सवयही झाली. कधीकधी हळू चाललो की, लगेच पाठीत चाबकाचा फटका, हेऽऽऽ शंभू, हेऽऽऽ बत्ताश्या—मग आपण धावायचं. थकलो, थांबलो की परत फटका. परत धावायचं. साला त्या आसुडाच्या... वाटायचं, तोच आसूड घेऊन त्या माणसाला बेदम मारावं; पण शेवटी सगळं व्यर्थच!

एकदा तर राग इतका अनावर झाला की, मी आणि बत्ताशाने गाडी उलटी करायचंही ठरवलं होतं. उन्हाळ्याच्या सुट्टीत कृष्णाच्या मामाचा मुलगा आला होता. त्यांच्या घरी बैलगाडी नव्हती म्हणून त्याला बैलगाडी चालवायची खूप इच्छा. कृष्णाने त्याच्या हट्टापायी बैलगाडी जुंपली. आमचीही इच्छा नव्हती, तरी मालकासाठी आम्हाला उठावं लागलं. असा ओव्हरटाइम करावा लागतो आम्हाला कधीकधी. बैलगाडी पळवायला त्याने चाबूक उचलला. आम्ही पळतोय तरी त्याचं समाधान होत नव्हतं. तो सपकन आसूड मारायचा आणि आम्ही जोरात उधळलो की मोठ्याने हसायचा, रावणासारखा!

"ह्याच्या आयला, गाडी सोडू दे! नाय शिंगावर घेऊन पटकला तर बघ..." बत्ताशा जाम चिडलेला.

'रप' फटका पडताच तो 'हरामी' म्हणून ओरडत पळू लागला.

माझ्याही अंगावर वळ उमटणार तेवढ्यात मीही धावायला लागलो. त्याला गाडीवर तर ताबा ठेवता येत नव्हता, पण बैलांना आसूड मारल्यावरच गाडी पुढे जाते, हाच त्याचा समज होता. आम्हाला पळायला काहीच प्रॉब्लेम नव्हता.

आसुडाचे फटके खायचीही आम्हाला सवय होतीच, पण आसूड मारल्यावर ज्या पद्धतीने तो आसुरी हसायचा, त्याला आम्हाला प्रचंड राग येत होता. राक्षस जातीचा एखादा राहिलेला वंशज हाच असावा, असं आम्हाला वाटत होतं. पळवायचं किती त्यालाही मर्यादा असते. फिरायचंय म्हणून कितीही पळवू नये ना! गाडी सोडल्यावरही हरामी फटका मारत होता, आता मात्र बत्ताश्याची सटकली, सरळ त्याच्या अंगावर धावून गेला. मग मात्र त्याची चड्डीच सुटली. 'ए आये, आये' म्हणून चिंगाट पळालं, ते मैलभर लांब जाऊनच थांबलं. तेव्हापासून गाडीच्या जवळ यायची त्याची हिंमत झाली नाही. चुकून कृष्णासोबत जवळ आला की, बत्ताश्या त्याच्याकडे गुरगुरत पाहायचा. बत्ताशाने थोडा पाय हालवला किंवा शेपटीने फटका मारला की, परत 'आये आये' ओरडत पळायचा. त्या दिवशी दोघांनी वीस-पंचवीस फटके खाल्ले. गाडी खरंतर उलटवून टाकावी वाटत होती, पण कृष्णाही त्या गाडीत असल्याने निमूटपणे सहन करावं लागत होतं.

* * *

पहिल्यांदा आम्हाला नांगराला जुंपलं, तेव्हा वाटलं की सोप्पं असेल. त्यात काय एवढं? वाटलं, सरळ साधं चालायचं, मस्त ओढत जायचं. पण जसा नांगर जमिनीत घुसला, तशी माझ्या अंगात कळ घुसली. पहिल्याच झटक्याला जणू माझे पंचप्राण एकत्र झाले. ओढायचा प्रयत्न करत होतो, पण नांगर पुढे सरकतच नव्हता. असा आत घुसला होता की, तीन हिसक्यांनंतर बाहेर निघाला. माझं काम किती ताकदीचं आहे हे समजल्याने मी भानावर आलो. स्पीड एकदम तीनपटीनी कमी झाला. नांगर ओढताना खरा बैल असल्याचा साक्षात्कार झाला. कामाची सुरुवातच अशी असेल, तर आयुष्यभर असंच काम करायचं हा विचार करून अंगावर

काटाच आला. एकदा नांगर घुसला की, सरळ जमीन नांगरत जाणं जरा बरं असे; पण जर का मध्ये एखादा दगड आडवा आला, तर मात्र दुष्काळात तेरावा महिना. तो दगड काढण्यासाठी जे अपार कष्ट घ्यावे लागायचे, त्याने पूर्ण घाम निघायचा. जोर लगाके हैशा, जोर लगा के हैशा. काही दगड जमिनीला इतके प्रिय असायचे की, ते बाहेर निघायला तयार नसायचे. मग मालक पहारेने दगड हलका करायचे आणि मग नांगराने बाजूला ढकलायचे. त्या दिवशी माझी पुरती वाट लागली. पाय, खांदा, सारं अंग ठणठणत होतं. अंगाला लावायला काही मलमही नव्हता. दुसऱ्या दिवशीही तेच काम. एक शेत संपलं की दुसरं, असा आठवडाभर रट्टा चालूच होता. त्या आठवड्यात माझी पुरती वाट लागली होती, पण नंतर त्याची सवय होत गेली. यासाठीच आपला जन्म झालाय, हे ठरवूनच काम चालू होतं.

पण नांगरापेक्षा औत मला खूप आवडायचं. शेत नांगरून झाल्यावर मातीची मशागत करायला औत फिरवलं जाई. हलकं-फुलकं, जास्त त्रास नाही, निवांतपणे काम चालायचं. जास्त जोरही लावावा लागत नसे, कारण ढेकळाची माती करायला असा काय वेळ लागतो? हळूहळू अख्ख्या वर्षाचं वेळापत्रक माझ्या लक्षात आलं. उन्हाळ्यात नांगरट, मशागती, पावसाळ्यात निवांत सुट्टी, हिवाळ्यात थोडी मशागत, मालाची वाहतूक. याशिवाय घरातल्यांच्या वाऱ्या— फिरायला, देवदर्शनाला जाणं हे वेळी-अवेळी आलंच.

राग ही माणसाची सगळ्यात वाईट प्रवृत्ती. साला हे घरातले, राग त्या माणसासमोर न काढता बाकीच्यांवर का काढतात कुणास ठाऊक? उगाच बैलगाडी चालवताना आम्हाला बडवत बसतात. एकदा तर मालकाचं बायकोशी बैलगाडीतच

भांडण सुरू झालं. तिला कार्यक्रमाला जायला उशीर झाला होता, त्यामुळे तिची नेहमीसारखी कटकट सुरू होती.

"तुमचा आपला नेहमीच उशीर, कधीच वेळेवर पोचवत नाही. तुमच्या पाहुण्याचं असलं की, अर्धा तास आधी तिथे जाऊन पुढे पुढे करत बसता; पण माझ्या माहेरचं काही असलं की, मुद्दाम उशीर. काय बाई, काय वाईट केलंय त्यांनी? सगळ्या पोरींची बाळंतपणं केली, हागणं-मुतणं धुतलं. तुम्हाला मागच्या वर्षी गाय दिली. तरी बाई तुमचं आपलं नेहमीचंच." तिचं रडगाणं मोठमोठ्याने चालूच होतं.

मी आणि बत्ताश्या हे सगळं ऐकत डुलतडुलत चालत होतो. तेवढ्यात आमच्या पाठीवर झपाझप आसूड बसला.

"आरं पळा की मुडद्यांनो! काय बागेत चालताय व्हय?"

बायको त्याला बोलायची आणि तो आमच्याशी बोलताबोलता सटासट फटके मारायचा. आम्हालापण तिचा आता राग येत होता. पण आम्ही करू काय शकतो म्हणा? आवाज तरी कुठे उठवणार? आमच्या जनावरांची काही युनियन वगैरे नव्हती. आणि आमच्याकडे नेता तरी कुठे होता?

हुमन राइटसारखे करतात म्हणे काहीतरी. पेटा म्हणूनपण काहीतरी ऐकलं मी. पण त्यांच्यापर्यंत कुणाचा आवाज पोचणार? आमच्या हंबरण्याचा?

✳ ✳ ✳

माणसांच्या जगात किती कार्यक्रम असतात ना! किती सण—दिवाळी, दसरा, होळी, गुडीपाडवा... प्रत्येक देवाचा, नेत्याचा वेगळा उत्सव— गणेशजयंती, नवरात्र, भीमजयंती, शिवजयंती— हे सगळं लक्षात ठेवताठेवता कंटाळा यायचा. आज आजूबाजूला काय तयारी सुरू आहे, त्यावरून आम्हाला सण कळायचा. आम्हाला दोन दिवसांचं जरा वेगळंच वाटायचं,

पंधरा ऑगस्ट आणि एक मे. या दिवशी स्वातंत्र्य मिळालेलं असूनही कुणीच ते सेलिब्रेट करताना दिसत नसायचं. तसं बऱ्याच बाबतीत ही माणसं खूप वेगळीच वागत असतात.

बाकीच्या सणांत आमचा तसा काही सहभाग नसायचा, पण गणपतीच्या वेळेस घरासमोर पडदा लावून जे पिक्चर दाखवले जायचे, तो आमचा फिल्मी सप्ताह असायचा. बाकीच्या जनावरांसाठी जणू ते एखाद्या फिल्म फेस्टिव्हलला बसलेत, असं वाटायचं. पण काहीही म्हणा, फिल्मची जादूच वेगळी, काय तो बच्चन फाइट करतो. तो धर्मेंद्र, व्वा! कुत्ते कमीने, मैं तेरा खून पी जाऊंगा.

पडद्यावर माणसं पळत होती. सुरुवातीला आम्ही तर घाबरलोच. पडद्यासमोर माणसं दिसत होती. पडद्यावर, पडद्याच्या दोन्ही बाजूंनाही लोक होते.

त्यांच्यासारखे स्टंट पाहून आम्ही तोंडात बोट घालायचो. (सॉरी, शेपटी झटकायचो!)

हे पिक्चरपण ना वेगळीच गोष्ट होती. ती समजायला आम्हाला तीन गणेश उत्सव पाहायला लागले. आधी आम्हाला वाटायचं की, हे सगळं खरंच आहे. पण अमिताभ बच्चनची चार चार लग्न झालेली पाहून, कधी पोलीस कधी गुंड, कधी कुली झालेलं पाहून आणि हद्द म्हणजे दोनदा मरूनही पुढच्या पिक्चरमध्ये आलेलं पाहून हा आमचा गैरसमज दूर झाला.

मी बत्ताशाला सांगितलं, "हे सगळं खोटं असणार."

पण बत्ताशा म्हणाला, "नाही रे! सात जन्म असतात आपल्याला... प्रत्येक जन्मात वेगळं घडलं असेल."

त्याचं हे उत्तर मात्र मला अजिबात पटलं नाही. लोकांमध्ये हिरोईनची जबर क्रेझ होती. हिरोईन आली की, लोक जे काय आनंदी व्हायचे, म्हणजे स्वत:च्या बायकोला असं

सजलेलं पाहूनही त्यांना काही होत नसेल. पण ती आली आणि नाचायला लागली की टाळ्या, शिट्ट्यांची जी काय बरसात व्हायची, सगळं गणेश मंडळ जणू गणेश उत्सव खूप चांगला झाला असं समजून जायचे.

जशी सिनेमातली परिस्थिती बदलायची, त्यानुसार तीन तासांमध्ये सात-आठ वेळा लोकांचे मूड बदलायचे. जॉनी लिवर आला की हसायचे. फायटिंग असली की यांचंही रक्त उसळायचं, कुणी मेलं की रडायचे, लवसीन सुरू झाला की, अधाश्यासारखे पाहत बसायचे. असं साधारणत: त्या तीन तासात घडायचं. आणि दुसऱ्या दिवशी वस्तीवरची सगळी पोरं स्वत:ला हीरो समजून फायटिंग-फायटिंग खेळत बसायची.

गावातही सप्ताहाला जाताना बैलगाडी घेऊन जायचे. मी कीर्तन ऐकायचो आणि राजाला सांगायचो. राजाला बऱ्याच वेळा हे सारं तत्त्वज्ञान बोअर व्हायचं. मी ऐकायचो— तो कृष्ण, राम, विठ्ठल. पण या सगळ्या देवांत सगळ्यांच्या तोंडी विठ्ठलच जास्ती असे; कदाचित तो जास्त आवडत असेल. कधीकधी मीही झुकून नमस्कार करायचो. लोकांना वाटायचं पाटलाचा बैल बसला; पण मनातून मी त्या देवाला लोटांगण घालून नमस्कार केलेला असायचा.

* * *

वर्षातला आमचा सगळ्यात आवडता सण म्हणजे बैलपोळा. तसं आमच्यासाठी दुसरा कोणता सण नसतोच म्हणा! आमची दिवाळी तीच, दसरा तोच, रंगपंचमी तीच आणि स्वातंत्र्यदिनही तोच.

बैलपोळा म्हटलं की, आम्हाला नवीनच उधाण यायचं. वर्षभर कितीही हाडतूड झाली, कितीही काम करावं लागलं, तरी या दिवशी मात्र आमची चंगळ असते.

आम्हाला चक्क साबणाने घासूनपुसून स्वच्छ धुतलं जातं. शिंगांना तासलं जातं, त्यावर आधी पांढऱ्या रंगांचा लेप दिला जातो. मग त्यावर लाल रंगाचा लेप देऊन त्यांना सजवलं जातं. अंगावर वेगवेगळ्या नक्षी काढल्या जातात, बारकी पोरं रंगात बुडवून कांदा, भेंडी, पानांचे ठसे साऱ्या अंगावर देतात, आमचं सारं अंग छान सजवतात. मग मालक येऊन आमच्या अंगावर मोठ्या दिमाखात त्याचं नाव टाकतो. कुणाची बैलं आहेत ते कळायला नको व्हय? आरं, पाटलाची बैलं सगळ्या गावभर मिरवली पाहिजेत. त्यात पहिला मान आपला असतो, बैलं कशी इ्याक दिसली पाहिजेत, हा त्यांचा विचार.

अंगावर झूल हा आमचा ठरलेला कॉस्च्युम—लाल आणि पिवळ्या सोनेरी रंगाने सजलेली झूल चढवून आमचा फायनल गेटअप केला जाई. गळ्यात सोनेरी रंगाची घंटा आमच्या अंगाला अजून झळाळी देई. असं वाटे, जणू पाच तोळ्यांचं सोनं आमच्या गळ्यात आहे. अशा मस्त तयारीत आम्हा सगळ्या मेल पार्टीला गावात घेऊन जाई. तिथं गेलं की, बैलांच्या रांगाच्या रांगा लागलेल्या असत. सगळे गावकरी आपापल्या बैलजोडीसह तिथे उभे असत. तिथे आलेली सगळी माणसं, एकमेकांच्या बैलांकडे पाहत. आम्ही बैलंही एकमेकांकडे पाहून कोण जास्त सजलंय, कुणाची झूल मस्त दिसतेय, याचं डिस्कशन करायचो. पण आमच्यात कधीच जेलसी नसायची. ज्याचं चांगलं त्याचं कौतुक. जेलसी असायची ती फक्त माणसात, की कुणाची बैलजोडी भारी दिसतेय. पण सगळ्या बैलजोडीत दरवर्षी भाव खाऊन जायची ती वरल्या देशमुखांची जोड. साला त्यांना पाहायला सगळ्या पंचक्रोशीतील लोक गोळा व्हायचे. रांगेत असायची तीन नंबरला; पण अशी दिसायची की, जणू पहिला मान

त्यांचाच. होतं असं, की त्यांचं शहरात गेलेलं पोरगं लय भारी पेंटर होतं. दर बैलपोळ्याला ते गावाकडे स्वत: बैलं सजवायला यायचं. कधी बैलांच्या अंगावर अख्ख्या पंढरपूरचं दर्शन घडवायचं, कधी गायीच्या पोटावर तेहतीस कोटी देव दिसायचे. कधी वारकऱ्यांची वारी जणू त्या बैलजोडीच्या पोटावर चालतेय असं वाटायचं; तर कधी रामाचा वनवास ते चालताना, त्यांच्याबरोबर चाललाय, असं वाटायचं. अख्ख्या मंदिराला जेव्हा आम्ही प्रदक्षिणा घालायचो, तेव्हा सगळ्यांची नजर त्यांच्यावरच असायची. बाजूला जाऊन थांबले तरी लोक त्यांच्याजवळ जाऊन ती सारी चित्रं जवळून निरखून पाहायचे. गावात दिवसभर त्या चित्रांचीच चर्चा व्हायची. त्या चित्रांच्या कलेपुढे जणू साऱ्या बैलांच्या झुली फिक्या वाटायच्या.

एकंदर आजूबाजूची परिस्थिती पाहता आणि आजवरचं आमच्या जनावरांकडून मिळालेलं ज्ञान पाहता, इतर बैलांपेक्षा माझा आय क्यु जास्त आहे हे सिद्ध झालं होतं. म्हणजे मी या वर्गात पहिला होतो, नव्वद टक्क्यांच्या पुढचा आणि बाकीचे डायरेक्ट पन्नास-साठ टक्क्यांवाले होते. काहीकाही तर खरंच ढ म्हणजे मठ्ठ होते. काम करायचं आणि खायचं याशिवाय दुसरं काही जगात असतं, हेच त्यांना माहीत नव्हतं.

आमच्यात जास्त कुणाला नावाने हाक मारायचा प्रश्न येतच नसे. जवळजवळ सत्तर टक्के बैल नेहमी शांत बसत. बाकीचे जे बोलणारे असत, ते नेहमी काहीतरी वायफळ किंवा अतिशय क्षुद्र विषयावर बोलत असत—म्हणजे गाणं म्हणताना एखादा उगाच ला ला ला ला म्हणत असतो, तशी त्यांची बडबड असते. शहाण्या बैलाने दुर्लक्ष केलं तरी चालणारी. मला बऱ्याच वेळा वाटायचं की, मी चुकीच्या

ठिकाणी जन्मलो. एवढा हुशार बैल जर अशा मंद बैलांमध्ये असेल, तर त्याचं टॅलेंट वायाच गेलं म्हणायचं. मग मी ठरवलं, आता परिस्थिती तर बदलणं शक्य नाही, पण इथल्या बैलांना आपण प्राथमिक शिक्षण नक्की देऊ शकतो.

मग मी त्यांचे क्लास घेणं सुरू केलं. चरायला गायरानात गेल्यावर ही शाळा सुरू व्हायची. हळूहळू मी त्यांना माणसांच्या इशाऱ्यावरून काय समजायचं, त्यांचे शक्यतो वापरात येणारे शब्द कोणते? त्यांचा काय अर्थ होतो? समोरचा माणूस चिडलाय हे कसं ओळखायचं, याचं बेसिक ट्रेनिंग सुरू झालं. त्या वेळेपासून सगळी गँग माणसांच्या वागण्यावरून वेगवेगळे अर्थ काढू लागली. प्रत्येक अर्थ काढला की, ते मला सांगायला यायचे आणि त्यांचे अंदाज ऐकून मी चक्कर येऊन पडायचो.

एकदा मी कृष्णाने सांगितलेले शिवाजीमहाराज रंगवून सांगू लागलो. सगळे ते ऐकून भावुक झाले आणि एकेकाचं रक्त उसळायला सुरुवात झाली.

"शिवरायांचा जसा इतिहास होता, माणसाची जशी नोंद होती, तसं आपलं नाही का काही?"

"हो, सगळ्यांचा इतिहास असतो. त्या माकडांपासून स्वातंत्र्यापर्यंत..."

"आपला पण काहीतरी इतिहास असंल ना?"

"आपला पण पूर्वज असंल, जो आपल्या हक्कांसाठी लढला असंल.."

"आपण पूजा कुणाची करायची? आपला देव कोण?" सगळे पेटले होते.

"आपल्या गोष्टी आम्ही सांगायच्या कुणाला? कधीपर्यंत आपल्या दंतकथाच राहणार आणि आपलं अस्तित्व संपलं तर त्या विरूनही जाणार. आज हा देश शेतकऱ्यांचा देश

म्हणून ओळखला जातो. तो या शेतकऱ्यांच्या कारागिरांना विसरेल की काय, याची भीती वाटते.'' एका वासराच्या या बोलल्याने तर आमचं डोकंच जड झालं.

आम्ही सगळे विचारात पडलो. आम्हा सगळ्यांच्या डिस्कशनमधून आम्ही एका निर्णयापर्यंत पोचलो. नंदी जो नेहमी शंकराबरोबर असतो, तो आपला देव असला पाहिजे आणि दत्तासोबत असणारी गाय आणि कामधेनू आपली देवी असली पाहिजे. सार्वमत होऊन आमचा निर्णय झाला. आमच्यातल्या काही वीरांनी घोषणाही तयार केल्या.

''जय जय नंदी, जय जय नंदी...''

''नंदीदेवाचा विजय असो!''

''हे नंदीदेवा... वाचव रे बाबा...''

सध्यातरी काही पूर्वजांचा संबंध नसल्याने बैल हेच सगळ्यांचं अडनाव असावं, असं आमचं ठरलं.

नंतर आमच्या नेहमीच मीटिंग होऊ लागल्या. रोज चरायला गेलं की, आधी जेवढं पोटात भरता येईल तेवढं भरायचो. मग सगळे एकत्र येऊन रवंथ करत गप्पा मारायचो. आमच्या गप्पा सुरू झाल्यापासून, रोज वेगवेगळे विषय व्हायला लागले. कधी स्वतःचे प्रॉब्लेम्स सांगायचे. पण नातेवाईक, पैशाचे इश्यु, नोकरीचे प्रॉब्लेम्स, पोरींमुळे होणारी भांडणं असल्या गोष्टींचा आमच्या आयुष्याशी काहीही संबंध नसल्याने आमच्या विश्वात प्रॉब्लेम असे काही नव्हतेच. फक्त एक कामगार आणि त्याच्या समस्या एवढाच आमच्याशी रिलेटेड सब्जेक्ट होता.

* * *

आता काही वर्षे उलटून गेली होती. मी तरणाबांड झालो होतो आणि बत्ताशा बिचारा म्हातारा झाला होता. मध्ये अचानक त्याच्या पायाला कीड लागली होती, डॉक्टरला

बोलावलं, त्याने औषधं दिली, पण जास्त फरक काही पडला नाही. त्यातील जखम वाढतच चालली होती.

आता आमचं मरण थोडी ऑक्सिडेंटनी होतं, कारण रस्त्यावर फिरायचा आमचा संबंधच येत नाही. हार्ट ऑटॅकचाही संबंध नाही. एकतर आजाराने, नाहीतर म्हातारपणाने. बत्ताशाला म्हातारपण चांगलंच भोवलं होतं. आजार वाढत चालला होता, तोही खचत चालला होता. त्याला त्रास व्हायचा, त्याचं दुखायचं, बऱ्याच वेळा तो कण्हायचा, पण कुणाला काहीच करता येत नव्हतं. त्याचं बोचरं दुःख पाहून वाईट वाटायचं. त्याला मोठ्या हॉस्पिटलात नेऊन उपचार करायला मालकाकडे तेवढे पैसेही नव्हते आणि असते तरी त्याने ते घालवले नसते. एका बैलासाठी एवढा खर्च त्याला परवडणारा नव्हता आणि त्यात म्हाताऱ्या बैलासाठी तर नाहीच नाही.

शेवटी व्हायचं तेच झालं. सकाळी उठलो तरी बत्ताश्या झोपलेलाच होता. रोज सकाळी मला उठवणारा, इतक्या वेळ झोपूच शकत नव्हता. मी त्याला हाका मारल्या, पण तो काही केल्या ओ देईना. मग त्याला हालवलं; पण तो जागचा हालेना. मला काहीच कळलं नाही, मी मोठ्याने हंबरायला सुरुवात केली. माझं ओरडणं ऐकून घरातले लोक बाहेर आले, त्यांनी बत्ताश्याला पाहिलं आणि सगळी शांत झाली. बत्ताश्या आम्हाला सोडून गेला होता.

नाही, बत्ताश्या मेला? असा कसा मेला? काल तर माझ्याशी बोलून झोपला. असं का होतं देवा?

बत्ताश्या वारला, तेव्हा मला खूप वाईट वाटलं. दुखवटा सादर करायला आम्ही पाच-सहाजणच होतो. तिथल्या बाजूच्या रानातच त्याला गाडलं.

त्यानंतर मी एकटाच पडलो. कारण माझा जोडीदार आता जग सोडून गेला होता.

आज कृष्णा का कुणास ठाऊक इतका रडत होता? कदाचित त्याला शाळेत जायचं नव्हतं. शाळेत जायचं नसलं की, तो असाच रडत असतो. त्या दिवशी तो जास्तच रडायला लागला. घरात काही कळतही नव्हतं. पाटलीण त्याला समजावून सांगत होती. पाटील त्याच्याकडे जास्त लक्षच देत नव्हता. शाळेत न जाण्यावरून इतकं तांडव? मी तरी कधीच पाहिलं नव्हतं. सगळे बाहेर आले. मालक मला बैलपोळ्यासारखं सजवू लागले. शिंगांना टोकं केली, लाल रंग दिला. पण आजतर बैलपोळा नव्हता. त्यात कृष्णा मला कालपासून जरा जास्तच बिलगू लागला होता. काहीतरी वेगळं चाललं होतं घरात. मी कान टवकारून ऐकायचा प्रयत्न करत होतो पण कृष्णाच्या रडण्याशिवाय काही ऐकू येत नव्हतं. माझी चलबिचल बाजूच्या जनावरांच्या लक्षात आली होती.

सकाळच्या सगळ्या वातावरणावरून चित्र स्पष्ट झालं होतं. मला विकायला चालवलं होतं. कृष्णा बराच वेळ मला बिलगून होता. मालकाने त्याला बाजूला केला आणि आईकडे पाठवला. तो रडत होता, पण त्यालाही माहीत होतं, काहीही झालं तरी मला विकणार होतेच. परिस्थितीनुसार माणूस बदलतो आणि त्याच्याकडे असणाऱ्या गोष्टीही त्यानुसार बदलतात. सध्या त्यांना माझी गरज नव्हती. टायगरही जाताना माझ्या पायाशी बिलगू लागला. पण मला जावंच लागणार होतं.

जड पावलांनी मी निघालो. किती वाईट असतं ना, तुम्ही लहानपणापासून जिथे राहिलेला असता, ज्यांच्यासोबत वाढलेला असता, ते असं एका दिवसात सोडून जायचं? मग नवीन घर, नवीन मालक, आजूबाजूला नवीन लोक. नवऱ्या मुलीला कसं वाटत असेल घर सोडून जाताना? ती

तरी भेटावं वाटलं की येऊ शकते, पण आम्ही—कायमचे दूर.

मालक मला बाजारात घेऊन आला. बाजारात प्रचंड गर्दी होती. जवळपास दोन हजार जनावरं तिथं विकायला आणली होती. गाई, बैल, म्हशी, शेळ्या सगळ्यांची जणू एक जत्राच भरली होती. माणसांचीही बरीच गर्दी होती, विकायला आलेल्या आणि विकत घेणाऱ्यांची. लोकांची वर्दळ चालूच होती, व्यवहार चालू होते. कुणी चौकशी करत होतं, कुणी पैशात कमी-जास्तसाठी मनमानी करत होतं, कुणी आनंदाने हातातले पैसे मोजत होतं. सगळं जग जणू आजच खरेदी-विक्री करत होतं! मी एका कोपऱ्यात मालकासोबत उभा होतो. येणारा-जाणारा जो माणूस माझ्याकडे पाहत होता, त्याची नजर मला कसायाची वाटत होती. मी सरळ खाली मान घालून उभा राहिलो. मला वाटत होतं की, कुणीच मला विकत घेऊ नये. म्हणजे मालक मला परत घरी घेऊन जाईल. मला कोण विकत घेणार, हे समोर येणारा काळच ठरवणार होता. माझ्या तोंडावर हत्तीएवढी सावली पडल्यानं मी दचकून वर पाहिलं. समोर एक गठ्ठ्या पहिलवान आला. त्याला मला विकत घ्यायचं होतं. बोली लावली पण मालकाला काय ते जमलं नाही. इतक्या कमी किमतीत मला विकणं त्यांना परवडणार नाही. माझी किंमत बरीच चांगली होती वाटतं. नंतर एक माणूस आला, रानगट, दणकट, पिळदार मिशीवाला. त्याच्यासोबत एक काळाकुट्ट बैल होता, हट्टाकट्टा. तब्येतीने माझ्यासारखाच होता. त्यांनी माझ्याकडे पाहिलं आणि जणू ही जोड काळू-बाळूची आहे असं समजून त्यांनी मालकाशी बरीच बार्गेनिंग केली. शेवटी मालकाने त्याच्या हातातलं दावं त्या समोरच्या माणसाच्या हातात दिलं. सरकारी अधिकाऱ्यांच्या कशा बदल्या होतात, तशी

माझी जणू बदलीच झाली होती – कामासाठी, इकडून तिकडे.

नवीन मालक आम्हाला घेऊन निघाला. हा कुठे घेऊन चाललाय ते माहीत नव्हतं. कुठे असेल ते घर, कसं असेल? तिथं कुणी कृष्णा असेल का? कोण असेल सोबत? अशा वेगवेगळ्या प्रश्नांनी मनात घर केलं होतं; पण उत्तरांचं दार तिथे गेल्यावरच उघडणार होतं.

जगणं आणि व्यवसाय

मी पळत पळत बराच लांब आलो होतो, खूप दूर. रात्री पळताना किती अंतर पळालो, याचं भानच राहिलं नव्हतं. पुढे आल्यावर बिल्डिंग्ज दिसू लागल्या. रस्त्यावर दिव्यांची रांग लागलेली दिसली. त्या मृत्यूच्या खाईतून बाहेर आल्यासारखं वाटलं. एक कोपरा पाहून मी तिथे लपून बसलो. तसाच झोपीही गेलो.

सकाळचा सूर्य मला उठवेल असं वाटत होतं; पण झोप इतकी गाढ लागली होती की, त्याच्या उन्हाचा काहीच परिणाम नाही झाला. डोळे उघडले तर समोर गाड्यांची रीघ चालू होती. रात्री मी किती पळालो मलाच माहीत नव्हतं, पण पाय मात्र प्रचंड दुखत होते. उठायचा प्रयत्न केला, पण पाय दुखत असल्याने उठावं वाटत नव्हतं. मी कुठं होतो, तेच मला कळत नव्हतं. पण त्या गर्दीतून बाजूला जाऊन बसावं, नाहीतर एखाद्या बसखाली कधी चिरडलो जाईन याची भीती होती. आधीच ऑक्सिडेंटच्या इतक्या बातम्या ऐकल्या होत्या आणि आजकालचे ड्रायव्हर ज्या पद्धतीने गाड्या चालवतात, ते लक्षात घेता मी बाजूला होणंच योग्य होतं. मी उठलो आणि दुसरीकडे जागा शोधू लागलो. आजूबाजूचं जग नवीन असल्याने आश्चर्याने आ वासून पाहत होतो. सगळीकडे गर्दीच गर्दी, गावाकडे दर बाजाराला

जशी गर्दी होते, तशी गर्दी.

आणि रस्त्यावरच्या गाड्या? अबब! एवढ्या गाड्या रस्त्यावर होत्या की, विचारू नका. आमच्या आख्ख्या गावात जेवढ्या गाड्या असतील, तेवढ्या गाड्या सिग्नलचा लाल दिवा लागल्या की रस्त्यावर थांबायच्या. गावाकडे शेताच्या कडेने एकवेळ गाडी चालवण सोप्प, पण इथं? नुसती रांग! थोडा स्पीड कमी असेल की मागच्या गाड्या कट मारून झपकन पुढे. मी तर घाबरलोच. तिथे रस्ता क्रॉस करणं हा तर जास्त धोका होता. कधी ॲक्सिडेंट होईल सांगता येत नाही. मग मी जरा आजूबाजूचे लोक रस्ता कसा क्रॉस करतात ते पाहिलं. इतकं सोप्पं! मग मी निघालो आणि चक्क सरळ ऐटीत पलीकडच्या बाजूला जाऊन पोचलो.

'ए, बघून चाल ना...' असं कुणी म्हणत नव्हतं. सगळे 'बुलशीट' म्हणून मला आधी जाऊ देत होते. मीही निवांत जात होतो, कारण मी आजूबाजूला पाहत होतो, सगळे तसेच निवांत रस्त्यावर चालत होते. त्यांना पाहून माझ्या हे लक्षात आलं होतं, की रस्त्यातून जाणाऱ्यापेक्षा गाडी चालवणाऱ्याला जास्त काळजी असते. आपण निवांत चालत राहायचं; ते बघतात काय ते. थोडं बोलला एखादा तर हॉर्नमुळे ऐकू नाही आलं असं समजून आपल्याच नादात पुढे निघायचं.

मग बाजूला जाऊन मी एका टपरीला चिटकून बसलो. शेपटी अजूनही ठणकत होती. रक्त वाळलं होतं. माश्या सारख्या त्या जखमेवर येऊन बसत होत्या. मी वैतागून शेपटी उचलून मारायचा प्रयत्न केला, पण लक्षात आलं की, त्या माशा त्या तुटक्याच शेपटीवर बसल्या होत्या. खूप त्रास व्हायला लागला. मग मागच्या भिंतीला शेपटी घासत होतो. पण माशाही हरामी, पिच्छाच सोडत नव्हत्या.

थोडावेळ निवांत बसलो होतो, तेवढ्यात त्या टपरीची मालकीण आली. तिने मला तिथून हाकलून लावलं. आता परत बसायला जागा शोधत होतो. कुठे बसायला गेलं तर कस्टमर येणार नाही, म्हणून मला हाकलून देत होते.

दोन दिवस एकटाच तिथे फिरत होतो. शहराचा एक न् एक कोपरा मी पाहिला होता. पोटात आग पडली होती. काही खायला मिळत नव्हतं. एखाद्या दुकानासमोर गेलो तर तो काहीतरी खायला द्यायचा. पण त्या तेवढ्याने माझ्या पोटाला काय होणार? बाजारात मंडई दिसत होती, हिरव्यागार भाज्या होत्या; पण सगळ्यांनी विकायला आणल्या होत्या. त्यामुळे सगळे मी दिसलो की, मला तिथून हाकलायचे. मी जवळजवळ आख्खं शहर फिरलो. मोठ्यामोठ्या मॉलपासून थिएटर, हॉटेल, बाजारपेठा, वेगवेगळी दुकानं, छान घरं, झोपडपट्ट्या. सगळं शहर फिरून मी शेवटी त्याच मंडईत आलो. आलो तर तिथे कुणीही नव्हतं, पण सगळा खराब माल मला एका कोपऱ्यात गोळा केलेला दिसला. गेलो आणि सरळ त्याच्यावर तुटून पडलो.

काय काय खावं लागणार होतं नंदीदेव जाणे! तूच काहीतरी दिशा दाखव देवा!

* * *

दुसऱ्या दिवशी उठलो तर समोर लोकांची गर्दी. लोक माझ्याकडे खूप आशेने पाहत होते. मी इतका मोठा तर नव्हतो, इतका महत्त्वाचा किंवा दानशूरही नव्हतो की, लोकांनी माझ्याकडे आशेने पाहावं. सुरुवातीला काही कळलंच नाही. एवढे लोकं बाजूला का गोळा झाली होती?

लोक मला 'हे होईल का? ते होईल का?' विचारत होते आणि बाजूचा एक माणूस माझी मान हालवत होता.

मी त्याच्याकडे नीट निरखून पाहिलं. बाजूला एक फाटका पायजमावाला उभा होता. पाणी नाय दिल्यावर झाड कसं जळून जातं तसा देह असलेला, मांजराच्या मिशीपेक्षाही वाईट मिशी, खुरटी दाढी, जी बहुतेक कात्रीने त्याच्याच हाताने कापलेली असावी. त्याला बघून हा मागचे सहा जन्मही उपाशीच असावा, असं वाटत होतं. त्याचं नाव मला उपाश्याच छान वाटत होतं. त्याने माझ्याकडे डोळे वटारून पाहिलं आणि डुलतडुलत म्हणाला,

"हा का नाय? मान हालव रे नंदीबैला..."

नंदीबैला! मी दचकून पाहिलं तर मी सोडून दुसरा कोणताच बैल आजूबाजूला नव्हता. म्हणजे हे मलाच नंदीबैल समजत होते? त्यांचा काहीतरी गैरसमज झाला होता. मी तो गैरसमज दूर करायला मान हालवली.

तर ती समोरची बाई मोठ्याने किंचाळली, "नंदीबैल हो म्हणाला, हो म्हणाला... देवा, आता माझ्या घरी नातू येणार..." असं मोठ्या आनंदाने ओरडत ती समोर दहा रुपये टाकून गेली.

माझ्या मान हालवण्याचा एवढा अर्थ? हा तर खूप मोठा गैरसमज होता, जो दूर करणं शक्यच नव्हतं. माझी नजर समोर एका गाडीच्या काचेकडे गेली आणि मी शॉकच झालो. मी कसा दिसत होतो? मला अजून एक टेंगूळ आला होता. मला पोशाखही तसाच घातला होता. अंगावर शाल, डोक्यावर मध्ये भगवा टिळा लावला होता. पाठीवर तर नवीन पाय उगवला होता. कसा उगवला ते पाहायला गेलो तर बाजूलाच घसरला. नशीब, उपाश्याने त्याला हात लावला; नाहीतर माझा एक पाय घसरत पडला असता आणि माझं नंदीबैल असल्याचं अस्तित्व क्षणात संपलं असतं. पाठीवर एक शंकराचा फोटोही ठेवला होता, जणू ते माझ्यावर बसले

आहेत. साला हरामी, कसला होता? रात्रीत मला साध्या बिनशेपटीच्या बैलापासून नंदीबैल केला होता. तेव्हा कळ्ळं, लोक माझ्या पाया का पडत होते?

आजूबाजूला अजून लोक होते, ते पण येऊन काहीतरी विचारू लागले. मला हे खूप भारी वाटलं. कशालाही हो म्हणायचं आणि कशालाही नाही. पण मी शक्यतो चांगल्याला हो आणि वाइटाला नाही म्हणायचो, त्यामुळे लोकांना मनासारखं होणार, याचा आनंद जास्त व्हायचा. पैसे उपाश्या घेत होता, पण मीही एवढं झालं की निघणार होतो. तसंही गर्दी होती, पळून जाणं चुकीचं वाटत होतं, म्हणून आता मी आपली चूपचाप मान हालवत होतो, बोलून काही उपयोग नव्हता. बोलून करणार काय? सगळे 'बैल हंबरला' एवढंच म्हणाले असते आणि तसंही कुणी साधं त्या हंबरण्याकडे लक्षही देत नसतं. आमची वाघासारखी डरकाळीही नसते, की कुणी आम्हाला घाबरेल. कुत्र्यासारखं भुंकणंही नसतं की लोक दूर जातील. आपला आम आदमीसारखा आवाज, ज्याचं कुणाला काहीही पडलेलं नसतं. ओरडा, गप्प बसा, नाहीतर किंचाळा; नेहमी दुर्लक्षितच.

तिथं लोकांची गर्दी आता कमी झाली होती. मीही मान हालवून वैतागलो होतो. मान दुखत होती. आता समोर कुणीच नाही म्हटल्यावर मी उठलो, अंग झटकलं, आणि निघालो तर एका हिसक्यात बाजूचा उपाश्या धापकन खाली पडला. तो का पडला असावा, याचा शोध घेत असताना मला कळ्ळं की, माझ्या वेसनीला त्याने दावं बांधलं होतं, ज्याचं एक टोक त्याच्या हातात होतं, मी अंगाला झटका देताच त्या दाव्यासोबत तोही धडपडला. मी बाजूला झालो तर, त्याने मला चक्क बांधलं होतं. एक मिनिट, तो स्वतःला माझा मालक समजत होता की काय? एका रात्रीत

तो माझा मालकही झाला? मला नंदीबैल बनवलं आणि माझ्या जिवावर पैसेही कमावू लागला. थांब, याला बघावंच लागणार होतं. तो माझ्या दाव्याला घट्ट पकडू लागला, मी तेवढ्याच ताकदीने दावं सोडवू लागलो. आमची झटापट चालू होती. तो धडपडत होता, कधी या अंगावर तर कधी त्या अंगावर पडत होता; पण त्याने दावं काही सोडलं नाही. इतका चिकट माणूस याआधी मी कधीच पाहिला नव्हता. साला! सोडता सोडेना. शेवटी त्याच्या फाटक्या कपड्यांची फाटकी अवस्था पाहून मी थांबलो. तोही बराच थकला होता. शेवटी जवळ येऊन तो म्हणाला,

"हे बघ, तू एकटा मी एकटा. तुझे खायचे वांदे, माझे खायचे वांदे. पण आपण जर सोबत काम केलं, तर आपण कधीच उपाशी मरणार नाही; हे डोक्यात फिट कर. हे बघ, काम एकदम सोप्पंय—मी तुला नंदीबैल म्हणून फिरवणार, लोकांसमोर गाणं म्हणणार, लोक तुला मनातल्या गोष्टी सांगणार, प्रश्न विचारणार, तू फक्त मान हालवायची. हो हो म्हणत हालवली तर जास्त पैसे मिळणार; नाही म्हटल तर मिळणार काहीच नाही. मला मार बसेल. ओके?"

मी आपलं त्या बिचाऱ्याच्या एवढ्या धडपडीला दिलासा म्हणून होकारार्थी मान हालवली. तोही समाधानाने खूश झाला.

"काय कळलं कुणास ठाऊक? जनावरं पण ना!"

असं म्हणून तो पुढे निघाला. तर अशा प्रकारे मी माझ्या आयुष्यातली ही स्वत: केलेली पहिली डील. माझा स्वत:चा पार्टनरशिपमधला हा पहिला बिझनेस आणि हा माझ्यासोबत होता तो, माझा पार्टनर, उपाश्या.

आमचा बिझनेस तसा खूप सोप्पा होता. लोक येऊन मला काहीतरी विचारायचे. मी त्यानुसार मान हालवायचो

आणि आम्हाला पैसे मिळायचे. हे पैसे म्हणजेच आमच्या पोटासाठी अन्न मिळवायची रसद. त्या उपाश्यामुळे मला चांगलं खायला मिळायला लागलं होतं. दोघांचीही पोटं याने भरत होती, म्हणून मीही त्याची साथ इमानदारीने देऊ लागलो.

माझ्यासाठी मान हलवणं जणू एका दिवसातच स्किल झालं होतं. उपाश्याला खूप आश्चर्य वाटायचं. कारण जाणारा माणूस काहीतरी झोळीत टाकल्याशिवाय जायचा नाही. माझा मराठी स्पेशल होता हे त्याला माहीतच नव्हतं. काहीजण आपल्या घराचं विचारायचे, कुणी मुलाचं, कुणी एखादी अडचण सांगायचं. कधीकधी लोक विचारायचे ते ऐकून हसू यायचं, तर कधी खूप इरीटेट व्हायचं. पण माझ्या एक लक्षात येत होतं, या माणसांच्या आयुष्यात प्रॉब्लेम्सच असतात. आणि तेही इतके? प्रत्येक माणूस त्याचा वेगवेगळा प्रॉब्लेम सांगायचा. मला एक कळत नव्हतं, प्रॉब्लेम इतके का तयार केले जातात? माझ्याकडे सहसा सुखी माणूस क्वचितच येत असे, शक्यतो आयुष्यात काहीतरी अडचणी असणारे लगेच धावत यायचे. कधीकधी तर त्यांच्या अडचणी ऐकून, खरंच अडचण असते की लोक उगाच बाऊ करतात, हे समजायचं नाही.

दुसऱ्या दिवशी उपाश्याने कहरच केला. जणू त्याच्यामधला गीतकार जागा झाला होता. बिझनेसच्या पब्लिसिटीसाठी त्याने नवीन प्रयोग करायचा ठरवला. त्याने 'वासुदेव आला हो वासुदेव आला'च्या चालीवर एक गाणं पण तयार केलं होतं. त्याने त्याच्या आवाजात ते गायला सुरू केलं, सोबत आणलेली ताटली तो म्युझिकसाठी मध्येमध्ये वाजवत होता.

नंदीबैल आला हो
नंदीबैल आला

इच्छा तुमची सांगा त्याला
नंदीबैल आला हो
नंदीबैल आला
प्रश्न विचारायचा हाय?
विचारा त्याला,
मान डोलवून सांगतो बघा
हो की नाय तुम्हाला...
लय हाय दिलदार बघा
घ्या दक्षिणा घ्या त्याला,
एक-दोन नगं पाच तरी
टाका या झोळीत मला...

एखादा चांगला गायक असता, तर मी गायक का झालो, याचा त्याला पश्चात्ताप झाला असता, असं गाणं आमचा उपाश्या गायचा. त्याचं गाणं कधी पहिल्या सा पासून सुरू व्हायचं ते रे ग म प ध नि स्किप करून सरळ शेवटच्या सावर पोचायचं. ताटलीचा ठेकाही इतका सुंदर असायचा की, हा गाणं चांगलं वाटावं म्हणून वाजवतो की लोकांनी ऐकू नये म्हणून, तेच कळायचं नाही.

आवाज इतका बेसूर की, कधी कधी लोक गाणं बंद कर म्हणून पैसे द्यायचे.

हरामी उगाच मोठ्याने गाणी गात बसायचा. सगळ्यात जास्त त्रास मला व्हायचा, पण सहन करायचो. माहितेय का? पोटा-पाण्याचा प्रश्न ना!

* * *

असे बरेच दिवस जात होते. कधीकधी समोर एखादी बैलजोड बघितली की राजाची खूप आठवण यायची. मला जगायला सोडून तो मरायला तयार झाला होता. आमच्या पहिल्या भेटीपासून सगळ्या गोष्टी मला आठवत होत्या.

कधी तर एखादा काळा बैल दिसला की, मला जणू राजाचा भासच व्हायचा. मग जवळ जाऊन पाहिलं की, तो भासच असल्याचा साक्षात्कार व्हायचा. राजा तरी स्वर्गात गेला होता; पण खिलारी? ती अजून नरकातच होती. कुठे असेल ती? की तिचंही बरं-वाईट झालं असेल? नाही नाही, ती सुखरूप असेल! खायला काही मिळत असेल का, कुठे राहत असेल? या अशा अनेक विचारांत मी हरवून जायचो. मग मनाच्या कप्यात ठेवलेल्या आठवणी काढून त्यांवरच स्वत:चं समाधान करून घ्यायचो.

उपाश्या रात्री पिऊन यायचा आणि माझ्यासमोर मोकळा व्हायचा. तसं तो दिवसा कुणाशी जास्त बोलत नसे. कामाच्या वेळेसच गळा फाडून ओरडायचा, पण बाकी वेळ शांत. रात्री मात्र घेतली की काय एनर्जी यायची! त्यात बऱ्याच वेळ माझ्याशी बोलत बसायचा, रडायचा. कधी त्याच्या घरची स्टोरी सांगायचा, कधी त्याची दुःखं सांगायचा, कधी एखाद्या माणसाचं नाव घेऊन त्याला शिव्या घालायचा. मग शिव्या सुरू झाल्या की, पार त्याच्या खानदानाची लाज काढायचा. मीही लहान मुलासारखा ऐकत बसायचो. कधी तो सांगतासांगता झोपायचा, कधी मी ऐकताऐकता झोपायचो.

दर दोन दिवसांनी आम्हाला गाव बदलावं लागायचं. पण शहरात आलो की, चार दिवस आरामात पुरायचे, कधीकधी आठवडाही निघायचा. शहरात कसं दुसऱ्याला दिलं म्हणून जास्त फरक पडत नाही, चार-पाच रुपये त्यांच्या हातातून असेच मळ निघाल्यासारखे पडतात. तिथे राहायची-खायची सोय होते, डोक्याला छप्पर मिळतं. शहरात कुणी उपाशी मरत न्हाय, असं गावाकडे म्हणायचे, तेच मलाही आता पटत होतं.

खेड्याचं तुम्हाला काय सांगावं? जेवढी माणसं तेवढे

वेगळे स्वभावाचे नमुने—काही गोड, लाड करणारे, म्हणजे मला तर चारा द्यायचेच, उपाश्यालाही पोटभर खाऊ घालायचे. काहीकाही गावांतले लोकच खडूस. हो म्हणा नाहीतर नाही, पैसे द्यायचे नाही आणि खायलाही नाही. माझं कसंही भागायचं म्हणा, जनावर किती चारा खाणार? बांधावरचं गवत असो की, रानातलं कडवाळ. एका जनावरासाठी कुणीही असंच द्यायचं; पण उपाश्याचे मात्र हाल व्हायचे.

एकदा उपाश्या जवळ आला आणि त्याने हाक मारली, ''शंभोऽऽ उठा.''

काय? शंभो! परत नवीन नाव? यार, काय चाललंय हे? आमची आयकार्ड का नसतात? मी ना तरुणपणीच माझं नाव गोंदून घ्यायला पाहिजे होतं— सर्जा. हा बाकीचा प्रश्नच उद्भवला नसता. आधी शंभू, मग सर्जा आणि आता परत शंभो!

कदाचित नंदीबैल आहे, शंकराच्या फोटोला पाठीवर घेऊन फिरतो म्हणून तो मला शंभो म्हणत असावा. पण याला काय अर्थ आहे?

मला हे असं सारखं नाव बदलणं पटलं नव्हतं. आता माझा इगो हर्ट झाला.

मी त्याच्यावर जरा नाराजच झालो होतो. सकाळी जिथं बाजारपेठेत थांबलो, तिथं मी नकारघंटाच सुरू केली. मग मात्र उपाश्याची वाजली. कुणीच पैसे देईना. त्याला माझ्या बिघडलेल्या मूडचं कारणंही कळेना. तीन-चार तासांनी भूक लागल्यावर माझ्या लक्षात आलं की, मान हालवली नाही तर पैसे मिळणार नाहीत आणि पैसे मिळाले नाहीत तर हा उपाश्या आपल्याला खायलाही घालणार नाही. मग मी माझा इगो जरा बाजूला ठेवला आणि त्याची शंभो नावाची हाक ॲक्सेप्ट केली. पण आतमधून मी सर्जाच होतो— सर्जा.

आम्ही फिरायचो, तेव्हा वेगवेगळ्या शहरांचा वेगवेगळा अनुभव यायचा. जिथं जायचो तिथं काहीतरी नवीन पाहायला मिळायचं. या नंदीबैलाच्या बिझनेसमुळे का असेना, मी बऱ्याच देवांच्या वाऱ्या करून आलो होतो. हा, आता मंदिरात नाही जाता आलं; पण बाहेरून का होईना मी दर्शन घेत होतो. माणसांच्या तोंडून ऐकलेल्या बऱ्याच देवांना मी भेट दिली होती.

निम्मा महाराष्ट्र फिरताना बऱ्याच गोष्टी जाणवल्या. प्रत्येक शहर वेगळं होतं एकमेकापासून. गावं वेगळी, नावं वेगळी, तिथल्या सवयी वेगळ्या, तिथले विचार वेगळे, एवढंच काय तर मंदिरातले देवही वेगळे.

या वेगवेगळ्या गोष्टींतून मला बरंच शिकता आलं. म्हातारपणी एवढे अनुभव सहसा मिळत नाहीत. पण शहरं फिरून, ती जाणून घेऊन माझ्यातला बैल थोडासा बदलला होता. परिस्थितीनुसार कसं राहायचं, स्वत:च्या पायावर उभं राहणं, माणसांशी कसं वागायचं, या गोष्टी जणू मी आत्मसात करत होतो. सारखं माणसात राहूनराहून मला कधीकधी मीही माणूस असल्याचा भास होत असे.

अशा वेगवेगळ्या बोलीभाषा, सवयी असणाऱ्या शहरांतील काहीकाही गोष्टीही खूप फेमस होत्या, ज्या मला कृष्णाने लहानपणी सांगितल्या होत्या. त्यांचा अनुभव आयुष्यात पहिल्यांदा घेता येत होता. शहरं फिरताना नागपूरची संत्री, सोलापूरच्या चादरी, कोल्हापुरी चपला, नाशिकची द्राक्षं असं सगळं पाहत होतो. सोलापूरच्या चादरीला चिकटलो, पण चादरीवाले चादर घाण होईल म्हणून हाकलायचे. चादरीचा टच घेतला पण मी. कोल्हापूरला हळूच मी बाजूला ठेवलेल्या चपलेमध्ये पाय ठेवून पाहिला, पण काही विशेष जाणवलं नाही. राजेशाही वाटलं इतकंच.

नागपुरात गेल्यावर आयुष्यात पहिल्यांदा संत्री खाल्ली. काय इयाक लागतात! मग मी मुद्दाम संत्र्याचा स्टॉल असणाऱ्या दुकानासमोर जाऊन उभा राहायचो. त्याने कितीही ओरडो, मारायला काही उगारो, हाकलायचा प्रयत्न करो, मी काही जागचा हालायचो नाही. शेवटी तो जेव्हा संत्र समोर टाकायचा, तेव्हाच हलायचो. मग ना मला चटकच लागली. काही खायची इच्छा झाली, की मी तिथून हलायचोच नाही. केळी, द्राक्षं, संत्री, आंबे, काहीही सोडलं नाही. एकदा मात्र माझी खूप फजिती झाली. ओले नारळ विकणाऱ्या माणसाच्या स्टॉलसमोर मी जाऊन थांबलो. बराच वेळ मी काही जागचा हाललो नाही. त्या माणसानेही मस्त स्माइल करत बाजूला पडलेला बिनपाण्याचा नारळ दिला. एक तास आपटत होतो, पण तो नारळ काही मला खाता येईना. दाताची वाट लागली. शेवटी रागाने मी त्याला शिंगाने मारायचा प्रयत्न केला, तर अचानक नारळ गायबच झाला. मलाच काही कळेना. इकडे-तिकडे पाहताना शिंगाला काहीतरी जड लागलं, म्हणून चारचाकीच्या काचेत पाहिलं तर, तो नारळ माझ्या शिंगात अडकला होता. मी तो झटकण्याचा खूप प्रयत्न केला, वेड्यासारख्या उड्या मारल्या, भिंतीला शिंग घासू लागलो, तरीही तो नारळ काही खाली उतरायचं नाव घेत नव्हता. मी थकलो आणि बाजूला पाहिलं. त्या नारळवाल्यापासून आजूबाजूचे सगळे लोक ख्या-ख्या हसत होते. शेवटी वर्ल्डकपमध्ये हरून आल्यावर जशी खेळाडूंची तोंडे होतात, तसं मी चूपचाप उपाश्याकडे निघालो. भर रस्त्यावर येणारे-जाणारे लोक माझ्याकडे आश्चर्याने बघत होती, काही पटकन कॅमेरा काढून फोटो काढत होते. मी झपाझप पावलं टाकत, तोंड लपवत तिथून पळत होतो. कॅमेरा दिसला की तोंड बाजूला.. म्हणजे फोटोत दिसला तरी फक्त बैल दिसेल,

सर्जा नाही. मग उपाश्यासमोर जाऊन प्रपोजवाली स्टेप घेऊन मी खाली बसलो. उपाश्याही मोठमोठ्याने हसायला लागला, त्यालाही माझ्या कुरापतीवर हसायला येत होतं.

* * *

फिरतफिरत आता आम्ही पुण्यात आलो होतो.

सुंदर सारसबाग, त्यात मध्यभागी असणारं गणपतीचं मंदिर, तिथूनच टेकडीवर दिसणारी पर्वती, तुळशीबाग, लोकांनी गजबजलेली मंडई हे सगळं मी पाहत होतो. मध्येच शनिवारवाड्याच्या अवतीभोवतीही दोन दिवस फिरत होतो. पुणे बरंच मोठं होतं, पुण्यात बऱ्याच ठिकाणी जाण्यासाठी शक्यतो पुलांवरून जावं लागे. पुलांखालून वाहणाऱ्या दोन मोठ्या गटारी दिसत होत्या, पण लोक तिथे असे थांबत होते की, जणू खालून नदीच वाहत आहे.

इथल्या माणसांबद्दल मी लहानपणापासून ऐकत होतो. इतकी हिडीसफिडीस कुणीच कुणाची करत नसतं, इतकी हे करतात. म्हणजे मला नाही सांगायचं तर नका सांगू, पण हे चुकीचं आहे म्हणून तासभर लेक्चर देणं म्हणजे जरा जास्तच होतं. आता मलाही माहीत आहे, मी काही खरं सांगत नाही; पण शेवटी पोटापाण्याचा प्रश्न. आणि काहीतरी चांगलं होईल असा भाबड्या लोकांचा समज होऊन त्यांच्या मनाला आधार मिळतो. पण नाही, 'लोकांना फसवताय तुम्ही', 'हे खूप चुकीचं आहे', 'ही सरळ फसवणूक आहे' याच्यावर कॅसेट सुरू होत असे. त्यामुळे अख्ख्या पुण्यात जरी उपाश्या मला घेऊन फिरला असला तरी, एकदा सदाशिव पेठेत आलेले अनुभव (मुळात पावलोपावली होणारे अपमान) आठवून तो परत कधी मला तिकडे घेऊन गेला नाही.

एकदा पुण्यातल्या विचित्र एरियात आम्ही आलो होतो. इतक्या बाया मी पहिल्यांदाच एकत्रपणे पाहिल्या होत्या.

नट्टापट्टा करून सजून सगळ्या उभ्या राहिल्या होत्या, त्याही पद्धतशीर लाइनमध्ये. मला लवकर काही उलगडाच होत नव्हता. बाहेर माणसांची गर्दी होती. बहुतेक वधू-वर सूचक केंद्र असावं. मुली उभ्या होत्या, पुरुषाने जाऊन विचारायचं. हो म्हणाली तर लग्न, नाहीतर परत रिटर्न. समोर चाललेल्या हालचालीवरून मलातरी हाच अंदाज येत होता. काही मुली मुलगा पसंत नसेल तर त्याला शिव्या देत हाकलून देत होत्या. पटलं तर आत जाऊन ते काहीतरी बोलणी करून येत होते, बहुतेक. पण काहीकाही लग्नासाठी खूपच आसुसलेल्या दिसत होत्या. आ ना, ए चल ना अशा इशाऱ्यांनी येणाऱ्या-जाणाऱ्या लोकांना बोलवत होत्या. मी हे सगळं पाहत असताना उपाश्या अचानक कुठे गायब झाला तेच कळलं नाही. थोड्या वेळाने त्याने पाठीवर थाप मारली आणि चल म्हणाला. मी त्याच्याकडे पाहत होतो, बिचारा घामाघूम झाला होता, तरी त्याच्या चेहऱ्यावर जणू एखादा गड जिंकून आल्याचा आनंद दिसत होता. कदाचित हासुद्धा लग्नाची बोलणी करून आला होता वाटतं.

पुण्याचं पसरलेलं वैभव पाहता, महिना तरी इथे निघेल असं उपाश्या म्हणत होता. खरंच, इथे आरामात महिना निघणार होता, त्यामुळे संध्याकाळ झाली की, मी निवांत इकडे-तिकडे फिरत बसायचो. रात्रीच्या पुण्याची मजाच वेगळी! चमचमणारे लाइट्स, हलकीहलकी गाड्यांची गर्दी, ती विरळशी पण हवीहवीशी वर्दळ, पुण्याच्या हवेचा सुटणारा एक वेगळाच वास. एकदा मी एका पुलावर झोपलो होतो, तिथे बाजूलाच एक कपल येऊन बसलं. म्हटलं, बसले असतील गप्पा मारत. पण अबब! जशी रात्र होत आली, तशी कपलांची गर्दीच गर्दी झाली! इथं काय बाग-बगिचा नव्हता की सुंदर नदीचा किनारा नव्हता. दिवसभर चांगली

ठिकाणं सोडून, इतक्या अंधारात रात्री, असल्या ठिकाणी त्यांना काय रोमॅंटिक वाटते, नंदीदेव जाणे!

दिवसामागून दिवस जात होते. सगळं आरामात चालू होतं. पण त्या मान हालवण्याचा मला आता कंटाळा यायला लागला होता. सोबत उपाश्या होता, पण आमच्यातलं कुणीच नसल्याने मला करमत नव्हतं. एखाद्या गावात असलो तर सगळ्या गँगला खूप मिस करायचो. कधीकधी जनावरांचा कळप दिसला की त्यांच्यात जाऊन गप्पा मारत बसायचो. तेही म्हातारा बैल आहे म्हणून आदर द्यायचे. एखाद्याने आदर नाही दिला, तरी माझं नंतरचं बोलणं ऐकून तो माझ्या ज्ञानाचा फॅन व्हायचा. माझा अनुभव, गोष्टींची समज, इतरांशी वागणं-बोलणं याने ते भारावून जायचे. शहरात आलं की, मला जाम बोअर व्हायचं. कारण तिथे कुणीच नसायचं. दिवसभर चालणारे गाड्यांचे, माणसाचे गोंगाट यांमुळे अजून तो एकांत नकोसा वाटायचा. त्यात प्रत्येक शहरात कुठेतरी कोपऱ्यात दहा-बारा गाईंचे कळप बसलेले दिसायचे. सगळ्या म्हाताऱ्या, उपासमार झालेल्या गाईंकडे पाहिलं की, खिलारीची खूप काळजी वाटायची. कळप दिसला की त्यात कुठे खिलारी दिसतेय का, बघायचो. जाऊन त्या गाईंना खिलारीबद्दल विचारायचो. पण काही फायदा नाही. खूप बोअर आयुष्य चाललंय, असं वाटत होतं.

एके दिवशी बस स्टँडजवळ थांबलो होतो, उपाश्या चहा घेत होता. मी मघाशी खाल्लेला चारा रवंथ करत होतो. अचानक मला घंटीचा आवाज ऐकू आला. भोवताली बरीच गर्दी होती, मी दुर्लक्ष केलं. आधी मला वाटलं, माझ्याच गळ्यातल्या घंटीचा आहे. पण मी मान न हालवता, परत तो आवाज आला. तो आवाज जरा ओळखीचा वाटत

होता. मी इकडे-तिकडे पाहिलं, आवाजाच्या दिशेने जायला लागलो. जसाजसा त्या आवाजाच्या दिशेने जायला लागलो, तसं तो आवाज मला आतून तिकडे खेचू लागला. मी पळत तिकडे निघालो, मला पळताना पाहून उपाश्या हातातला चहा तिथे ठेवून माझ्या मागे पळायला लागला. मी पळत बस स्टॅंडच्या मागच्या बाजूला पोचलो. तिथे कचऱ्याच्या ढिगाजवळ एक वाळलेली गाय दिसली. मी अजून पुढे गेलो, ती तिथल्या प्लॅस्टिकच्या कॅरीबॅगमध्ये तोंड घालून काहीतरी खात होती. मी हाक मारली, ''खिलारी?''

तिने माझ्याकडे पाहिलं. हो, ती खिलारी होती.

मैत्री आणि प्रेम

एक शांत निसर्गरम्य खेडं, शहापूर. चार-पाच हजारांच्या लोकांचं गाव. श्रीमंती कमी असेल पण रुबाबात गाव कधीच कमी पडत नव्हतं. सगळे रुबाबदार, जणू सगळेच गावचे सरपंच. कुणाचा फेटा साधा इंचानेही खाली झुकत नव्हता. पारावर, मंदिरासमोर, बस स्टॉपवर बसलेले, थांबलेले सगळे आमच्याकडे निरखून बघत होते. आमच्याकडे लोक पाहायला लागले की, मालकाची छाती फुगत होती.

"काय पाटील, कितीला घेतली?" हा सगळ्यांचा आवडता प्रश्न होता.

काहीजण त्यांची फुशारकी मारण्यात गुंग होते, "ही काय जोड हाय व्हय? आपल्या जोडीपुढं काहीच नाय ही. बरं, यांच्यापेक्षा निम्म्या किमतीत घेतलेली हा!"

त्या सगळ्यांच्या प्रतिक्रिया घेत गावातून चालतचालत आम्ही घराकडे आलो. घर म्हणजे आलिशान वाडा. सरपंचाचं घर असावं तर असं. ऐटीत मळ्याच्या टेकडीवर उभं राहिलेलं केशरी रंगाचं रंगीत घर. बाजूला त्या घराला साजेशी हिरवळ. तिथे पोचेपर्यंत सगळं मला भावत होतं. घरासमोर कुणी जनावर दिसत नव्हतं. आम्ही दोघंच इथं असू की काय, असं वाटत होतं, पण तेवढ्यात वाड्यामागून जनावरांचा झुंड आला. चरायला गेलेले सगळे परत आलेले

दिसत होते. आम्हाला पाहून सगळेच अचंबित झाले, ही आपल्या मालकाची नवीन जोड! बऱ्याच जणांनी आमचं स्वागत केलं. आमचं हंबरून हाय-हॅलो चालू होतं. कुठून आला, प्रवास कसा झाला अशा गप्पा सुरू होत्या. आम्हालाही नवीन मित्र भेटल्याने बरं वाटत होतं. माझ्या सोबतचा काळा बैल त्यांच्याशी बोलण्यात जास्त इंटरेस्ट दाखवत नव्हता. आम्ही एकमेकांशी आमची ओळख करून घेत होतो, तेव्हा तिथे पहिल्यांदा मला खिलारी दिसली. चार-पाच गाईंच्या घोळक्यात ती उठून दिसत होती. पांढरी शुभ्र, खिलाऱ्या शिंगांची, तजेलदार चेहऱ्याची. तिच्या डोळ्यांत वेगळीच जादू होती, नकळत तिच्या त्या लपूनछपून पाहणाऱ्या डोळ्यांत जणू मी रमून गेलो. तिला परत पाहावं वाटत होतं. मी पुढे झालो, तिच्याजवळ गेलो. ''तुझं नाव...''

ती हलकेच मागे सरून तिच्या जागेवर गेली. माणसात पाळला जाणारा स्त्रीधर्म तिने पाळला होता. तेवढ्यात नवीन मालकाने आत आवाज दिला,

''ए रमे, खिलारी आली बघ. दूध काढून घे.''

मी स्वतःशीच हसलो. हे सगळं पहिल्या भेटीत घडावं, एवढं फिल्मी माझ्या नशिबात नव्हतं. त्या दिवशी नवीन जोड म्हणून घरातले सगळे, आजूबाजूचे शेजारी आम्हाला पाहायला येत होते.

आम्ही आलो त्या दिवशी बाजूच्या घरात काहीतरी कार्यक्रम दिसत होता. बहुतेक त्यांच्या मुलाचं नाव ठेवणार होते. आम्हाला आमच्या ठरवून दिलेल्या जागी दावणीला बांधलं होतं. तेवढ्यात मालकाचं पोर तिथं त्याच्या मित्रांना घेऊन आलं.

''हे बघ, आमच्या घरी नवीन बैलजोडी आणलीय.''

''काय नावंय त्यांचं?'' त्याच्या मित्राने नाकातला मेकूड टवकारत विचारलं.

मी ऐकायला उत्सुक झालो होतो.

''सर्जा—राजा,'' असं म्हणून तो तिथून निघून गेला.

त्याने उत्तर दिलं पण खरा प्रश्न माझ्यापुढे पडला.

मी बाजूच्या काळ्या बैलाला विचारलं,

''तुझं नाव सर्जा – राजाय का?''

''नाही, आपल्या दोघांचंय,'' तो म्हणाला.

मी तर जाग्यावरच शॉक्ड झालो. हे कधी ठरलं होतं?

''ए, असं कसं नाव बदललं माझं? माझं नाव शंभू आहे.'' मी सांगितलं.

''ते आधी होतं, आजपासून ते म्हणतील ते तुझं नाव.'' राजाने सोप्या भाषेत उत्तर दिलं.

मी मात्र प्रचंड वैतागलो, ''विकताना नाव विचारत नाहीत होय?''

''जनावराचं कोण नाव विचारतं व्हय? जिकडं जाईल तिकडं नवीन नाव, त्यांना वाटल ते.'' राजाने काहीही विशेष न झाल्यासारखं सांगितलं.

काही वेळाने मलाही ते मान्य करावं लागलं. आम्ही थोडंच नावाचं आयकार्ड लावून फिरतो, की आम्हाला आमचं नाव सांगता येतं? आणि तसंही आमचं नाव फक्त माणसांच्या रेफरन्ससाठीच असतं, कधीकधी हाक मारायला गरज पडली तर तेवढीच. ना आम्हाला मतदानाचा अधिकार असतो, ना आमच्या नावावर सरकार रेशनकार्डने खायला देतं. त्यामुळे जे आहे ते नाइलाजाने मान्य केलं; पण त्याच्यापुढचा प्रश्न तर खूप बिकट निघाला.

''आता सर्जा कोण? तू का मी?'' – मी.

''मगाशी आसूड मारताना, ती बाई तुला सर्जा म्हणाली,

तू सर्जा.'' त्याने स्वत:ला राजा बनवायचं ठरवलंच होतं.

''नाही, तुला म्हणाली. मी राजाय.'' मीही प्रतिविरोध केला.

समोर बाळाचा नामकरण सोहळा चालू होता आणि बाहेर आमची नावासाठी भांडणं चालू होती. खरंतर राजा हे सगळ्यांचं आवडतं नाव. सर्वांना वाटायचं की आपलं नाव राजा असावं— राजासारखं. जो मालकाचा लाडका बैल असायचा, त्याला तो मान मिळायचा. दुसऱ्यांना बत्ताश्या, बैंदुल्या, चिचुक्या, पिपाण्यासारखी दुय्यम दर्जाची नावं मिळायची.

आमची ही भांडणं दुसऱ्या दिवशीही सुरू होती.

''नाय नाय मी राजाय. बघितलं का मगाशी, तो मला घास टाकताना राजा म्हणाला.''

मी जवळजवळ राजा असल्याचं सिद्ध करत होतो, तेवढ्यात कालचं बारकं चिपाटणं नागडं पोरगं समोर आलं आणि सोबतच्याला सांगू लागलं की. ''आम्ही ही दोन नवी बैलं आणलीयेत—सर्जा आणि राजा.''

आणि राजा म्हणून त्याने त्याच्याकडे बोट दाखवलं आणि राजा जोरजोरात हसायला लागला. ''बघ, भोंगळ पोरगंपण सांगतंय की मीच राजाय.''

मग ते पोरगं सगळ्यांना सांगत फिरलं, तो पांढराय ना तो सर्जा आणि तो काळाय ना, तो राजा.

तेव्हापासून मी सर्जा आणि तो राजा.

* * *

दुसऱ्या दिवशीचं आमचं काम सुरू झालं. पहिलं काम होतं ट्रान्सपोर्टचं, माल एका ठिकाणाहून दुसऱ्या ठिकाणी पोचवण्याचं. रानात गहू काढायचं काम सुरू होतं. आम्हाला बैलगाडीला जुंपून रानात नेलं जाई. रानातला माल घरी

घेऊन यायचा, परत रानात जायचं, परत माल घरी पोचवायचा आणि सगळ्यात शेवटी तिथं राहिलेल्या माणसांना घरी घेऊन यायचं. हे शेवटचं काम सगळ्यात अवघड असायचं. म्हणजे एकवेळ खांद्यावरचं ओझं परवडलं, पण डोक्यावर ओझं नको. त्या बाया गाडीत बसताना ज्या बडबड सुरू करायच्या, ते घरी उतरेपर्यंत बडबडायच्या. हे काम साधारणत: आठवडाभर चाललं.

नंतर आम्हाला औताला झुंपण्यात आलं.

मालकाचं पोर कृष्णासारखं असेल, असं वाटायचं. पण ते खूपच चाबरं निघालं. तो त्याच्या दात पुढे आलेल्या मित्राला घेऊन यायचा आणि उगाच त्रास द्यायचा. नुसता उंबऱ्यावर बसून खात बसायचा. रोज पाव खाऊन-खाऊन पावासारखा फुगला होता.

आमच्या मालकाला सारा गाव घाबरत असायचा. त्याच्या गुडघ्यात मेंदू आहे, असं गावातल्या बऱ्याच जणांचं म्हणणं होतं. त्याच्यासारखा तापट माणूस मी आजपर्यंत पाहिला नव्हता. सारखा छोट्या-छोट्या गोष्टींनी चिडायचा. त्यामुळे सगळे त्याला घाबरून असायचे. आम्हीतर त्याच्यापासून जास्त जपून असायचो, कारण त्याच्या डोक्यात फणफणी शिरली की, त्याचा राग शांत होईपर्यंत त्याचे फटके थांबायचे नाहीत.

आम्हाला तो एका वेगळ्याच शब्दाने बोलायचा— आयघाल्या. ऊठ आयघाल्या, कुठं पळता आईघाल्यांनो, किती पाणी पिता आईघाल्यांनो, आईघालेऽऽ— असं बऱ्याच वेळेला आम्हाला म्हणायचा. मग मला आणि राजाला वाटलं, की आम्हाला दोघांना एकत्र बोलवायला हे नवीन नाव असावं. म्हणजे गणिताच्या नियमानुसार सर्जा + राजा = आईघाले. पण एकदा तर त्याने जवळच्या लोकांनापण तोच

शब्द वापरला. बायकोला म्हणाला, 'आईघाले, एकदा सांगितलं तर कळत नाही का तुला?' पोराला म्हणे, 'घरी काय आय घालतोय, जा ना शाळेत.' आम्हाला वाटलं हा बहुतेक सगळ्यांना त्याच नावाने हाक मारतो. त्या दिवशी पारावर दोन माणसं बसलेली, ती म्हणत होती, ''पाटील लय चांगलाय, पण पाटलाचं पोर लय आयघालंय.' जो स्वत: दुसऱ्याला आईघाला म्हणायचा, त्यालापण लोक आईघालाच म्हणतात. आता आमचं फायनल झालं, बहुतेक या गावातले सगळेच आईघाले असावेत.

तिथे हळूहळू आम्ही रमायला लागलो होतो. बऱ्याच वेळा खिलारीची आणि माझी नजरानजर होत होती. शेतात चरायला गेल्यावर मी उगाच तिच्याजवळ जाऊन बसायचो. गप्पा मारायचा प्रयत्न करायचो. ती मला जास्त भाव देत नव्हती. माझे हे चाळे राजाला पटत नसायचे. कदाचित त्यालाही तिच्याबद्दल काहीतरी वाटत असावं. पण माझं ध्येय ठरलेलं होतं.

जसजसा वेळ जात होता, तसतसं मला सर्जा नावाची सवय झाली. सेकंड प्रायॉरिटीचं नाव मिळालं असलं तरी त्या बत्ताश्या, पिपाण्यासारख्या बोअरिंग नावांपासून मी बचावलो होतो. नंतर मलाही ते नाव आवडू लागलं, सर्जा! जा वर आमच्या शिंगासारखा जो रफार देतात, त्यामुळे तर अजून सुंदर! विशेष म्हणजे एकत्र हाक मारताना पहिला मान माझाच असायचा— सर्जा मग राजा. खिलारी हाक मारायची, तेव्हा तर गझल ऐकताना कसं तुम्ही रमून जाता, तसं डोळे झाकून आपणही रमून जावं वाटायचं.

इथला बैलपोळा तर प्रचंड भारी होता. खूप मोठे-मोठे कार्यक्रम गावात होत होते. गाईंची पूजा, बैलांची ऐटीतली मिरवणूक, हलगीचा आवाज. सगळं मस्त. काही पोरांनी तर

तिथं साउंड सिस्टीम लावून 'हाताला धरलंया, बाईचं लगीच ठरलंया' गाणं जोरजोरात लावलं होतं. काही बहाद्दर त्याच ठेक्यावर बैलांना नाचवायचा प्रयत्न करत होते, जणू काही लग्नातले घोडे आहेत ते! खूप मस्तीचा माहोल होता. सगळे एकमेकांना आपण वरचढ असल्याचं दाखवू पाहत होते. सगळी मस्ती झाल्यावर, अंधार पडल्यावर मालक आम्हाला घरी घेऊन आला. आम्हाला घरासमोर आणलं, घरातल्या बायका आम्हाला ओवाळायला लागल्या. समोर खिलारीही उभी होती. खरंच ती खूप सुंदर दिसत होती. अप्रतिम! पाहत राहावं वाटत होतं. समोर घरातल्या नऊवारीत नटलेल्या बाया होत्या, पण त्यांच्यापुढेही खिलारीच जास्त भाव खात होती. मी हळूच तिला डोळा मारला, ती जरा लाजली. मी परत मारला, तसं कुणाला कळणार होतं म्हणा! कारण बैलाच्या डोळ्याकडे कधी कुणाचं लक्ष जातं?

मला मराठी समजतं हे मी तिथं सांगितलं, पण कुणाचाच विश्वास बसला नाही. सगळे मला वेड्यात काढायला लागले. सगळ्यांनी जणू माझी परीक्षाच घ्यायची ठरवली. मी त्यात शंभर टक्क्यांनी उत्तीर्ण झालो. आता मात्र त्यांनी मला डोक्यावर घेतलं. इथं माझी काही क्लासेस सुरू करायची इच्छा नव्हती, पण नाइलाजाने त्यांच्या आग्रहाखातर मला ते करावं लागलं. माझ्या या ज्ञानावर खिलारी फिदा झाली नसती तर नवलच! कारण मला माहीत होतं, हुशार मुलांवर मुली इंप्रेस होतातच!

मग काय, मी तिच्या अजून जवळ जायला लागलो. तिला इतरांपेक्षा जास्तीचं सांगू लागलो.

मध्येच थोड्या मॉडर्न गोष्टींचाही आव आणायचो, हा हा... सो क्युट... फनी...

लोल... म्हणजे... लॉट्स ऑफ लव्ह.

मी सध्या तरी तिला इंप्रेस करण्यात यशस्वी झालो होतो. आता मला तिचा बॅलफ्रेंड व्हायचं होतं, आणि तिला माझी गायफ्रेंड बनवायचं होतं. मग हळूहळू मी तिच्याशी फ्लर्ट करायला सुरुवात केली.

"त्या विसापूरच्या बाजारात त्या दिवशी पाच-सहा आयटम दिसलेल्या, तेवढ्याच. त्यानंतर तूच. इतकी सुंदर गाय मी आयुष्यात पाहिली नव्हती." मी सुरुवात केली.

"गप, उगाच काहीतरी. मी काय अशी नाय हाती लागणार."

असं म्हणून ती ऐटीत निघून जायची.

"आपलं पण या माणसांसारखं लग्न झालं तर! कसली मज्जा! मस्त मुंडवळ्या बांधतील आपल्याला. सगळ्या ओळखीच्या बैलांना अन् गाईंना बोलवू या. सगळ्यांना मस्त मस्त झुली. मस्त पेंड खायला ठेवू या. सगळ्यांचे त्या कॅमेऱ्यात फोटो काढू या, स्माइल करतान." मी आपला बरळत होतो.

"स्माइल? ते काय असतं?" तिच्यासाठी ते नवीन होतं.

"स्माइल म्हणजे हसणं." मी तिला सांगितलं.

तिने दोनदा मोठ्याने हंबरडा फोडला, "हे असं?"

"तसं नाही. स्माइल म्हणजे हळुवार गालातल्या गालात हसणं. चेहऱ्यावर सुंदरसं गोड हसू, म्हणजे स्माइल." मी तिला कळेल अशा भाषेत सांगितलं. तिने काहीतरी वेडावाकडा प्रयत्न केला, पण तिला काही ते जमलं नाही. मला आता तेही शिकवावं लागणार होतं.

"बरं, जाऊ दे. आपण कुठे होतो?" मी विचारलं.

"फोटो काढत होतास नाचताना." तिने शांतपणे सांगितलं.

"हा, तर मग आपलं जंगी लग्न."

''आपलं? आणि तेही जंगी लग्न? झोप झाली नाही का तुझी?'' तिने कुत्सितपणे माझ्याकडे पाहिलं.

मी उगाच स्माइल करत त्याकडे दुर्लक्ष केलं आणि रमत-गमत परत सांगू लागलो.

''आपले मित्र कसले नाचतील ना? सोबत बँड-बाजा, मग आपण पण नाचू— एक पाय पुढे चौथा मागे... मग तिसरा पुढे, दुसरा मागे... आहाऽऽ''

''वेडाय का तू?'' सणसणीत अपमान करून ती जायला लागली.

''हो, तुझ्या प्रेमात वेडा झालोय मी.'' मी मोठ्याने हंबरडा फोडून ओरडलो आणि तिने मागे वळून चक्क हलकीशी स्माइल दिली.

बऱ्याच वेळा मला फिल्मी डायलॉगचा खूप फायदा व्हायचा. साला इमोशनल लोचा करायला हे डायलॉग खूप फायद्याचे ठरतात, हे माझ्या एकंदर लक्षात आलं होतं.

बैलपोळ्याच्या दिवशी आमच्या सगळ्यांच्या गळ्यात जी घंटी बांधली होती, तिचा वापर मालकासाठी कमी, आम्ही आमच्यासाठीच जास्त करून घेत होतो. ती जणू आमच्यासाठी एकमेकांना हाक मारायची वस्तू झाली होती. खिलारीने वाजवली की मीपण वाजवायचो. एकदा रात्री तर मस्तीमस्तीत आम्ही इतके रमून गेलो की, घराची बेल वाजावी तसा जोराचा घंटानाद सुरू झाला. सगळे जणू घंटा वाजवायचा खेळ खेळत होते. त्यात खाडकन दरवाजा उघडला. मालकाची झोपमोड झाली होती, तो बाहेर आला.

''येऽऽऽऽ आयघाल्यांनो, गप बसा की—'' असं जोरात ओरडला.

तसे सगळे शांत झाले, काहीजण झोपल्याचं नाटक करून बसले. मालक आत गेला आणि मग सगळे हसत

बसलो. साहजिकच हे हसणंही कुणाला कळलंच नसेल.

आज मला वेगळंच स्वप्न पडलं. मी आणि खिलारी चक्क माळरानावर रोमँटिक मूडमध्ये फिरत होतो. मी मस्तपैकी खडकावर उभा राहून स्टाइलमध्ये हात पसरून, 'खिलारीऽऽऽ ये ना..! जगू कसा तुझ्या विना मी राणी गं...' म्हणत होतो. तीही समोरून स्लो मोशनमध्ये माझ्याकडे पळत येत होती. ती जवळ येऊन मला आय लव यु टू म्हणाली. मग आम्ही लग्न करायचं ठरवलं, पण मालक खिलारीला काही केल्या सोडेना. राजाही मालकाच्या बाजूने गेला. मालकाने मला खूप मारलं आणि हाकलून दिलं. मग एका दुःखी गाण्यावर मी दोन दिवस इकडे-तिकडे फिरत होतो. इकडे मालकाने राजाशी खिलारीचं लग्न लावून द्यायचं ठरवलं होतं. मग मी एक बैलमित्रांची गँग घेऊन लग्नाच्या दिवशी तिथे आलो. जोराची फायटिंग झाली आणि नेहमीसारखं मी खिलारीला तिथून घेऊन गेलो. मी हे स्वप्न खिलारीला सांगितलं तेव्हा ती खूप हसली. "फिल्मी आशिक आहेस तू," म्हणून ती हसत निघून गेली. खरंच या सिनेमाचा किती परिणाम होतो ना आपल्यावर?

* * *

आमचं बॉंडिंग हळूहळू वाढत होतं. म्हणजे ती माझ्या प्रेमात पडली होती, असं काही नाही; पण मी तिला इंप्रेस करण्यात यशस्वी झालो होतो हे नक्की. आम्ही आता चांगले मित्र झालो होतो. आजूबाजूच्या सगळ्या जनावरांनाही याची कल्पना आली होती, पण आम्ही सगळ्यांकडे जरा दुर्लक्षच करत होतो. त्यांनाही असं वेगळं वाटणं साहजिकच आहे, कारण आतापर्यंत त्यांनी इतकी ओपन लव्हस्टोरी कधी पाहिलीच नसेल. त्यामुळे त्यांना ते पचवणं अवघड जात होतं. नशीब आमच्यात खाप पंचायत नव्हती, नाहीतर

आम्हाला दोघांना आतापर्यंत फासावर लटकवलं असतं.

पण ही वेळ एकदा माणसांकडून येतायेता राहिली. त्या दिवशी खिलारीला मालक बाजूच्या रानातल्या झाडाखाली घेऊन गेला. मला वाटलं काहीतरी असेल, म्हणून मी जास्त लक्ष दिलं नाही. मग मालकाचं पोर आलं, आणि राजाला दावणीवरून सोडून घेऊन जाऊ लागलं. मीही उठलो, राजाला घेऊन चालले म्हणजे मलाही घेऊन जाणार असं ठरलेलंच असायचं, पण तो फक्त राजालाच घेऊन गेला. आज पहिल्यांदाच त्याला एकट्याला घेऊन चालले होते, मी तो गेला तिकडे पाहिलं. त्यालाही बाजूच्या रानात घेऊन जात होते. मला लवकर काय ते कळालं नव्हतं, पण जसजशा समोर गोष्टी घडत गेल्या, तसंतसं माझ्या लक्षात येत गेलं. खिलारीला तिथल्या लिंबाच्या झाडाला बांधू लागले होते. शिट! म्हणजे राजाला खिलारीला लावायला नेलं होतं. नाही, हे शक्य नव्हतं. ती बिचारी ओरडायचा प्रयत्न करत होती. बाकीचे बाजूला उभे असलेले लोक हसत सगळी गंमत पाहत होते, जणू ते हे सगळं पाहायलाच आले होते.

तिच्या ओरडण्यातून तिची विवंचना दिसत होती. नंतर ती ओरडू नये, म्हणून तिच्या मुसक्या बांधल्या, तिचा आवाजही आता बंद झाला. तिचे डोळे पाणावले होते, तिने माझ्याकडे एक नजर टाकली. तिच्या नजरेतलं दुःख मला सहन झालं नाही. इकडे राजाला तयार करत होते. राजा जरा आनंदीच दिसत होता, त्याने माझ्याकडे पाहिलं आणि थुकरटपणे हसला. हे काय चाललं होतं? एका मादीला बळजबरीने झाडाला बांधून तिच्यावर नराला प्रणय करायला लावायचा? थू होती ही! हे जर एखाद्या स्त्रीबाबत झालं असतं तर? त्याचा किती हाहाकार झाला असता!

पण त्या गाईचा कुणी विचारही करायला तयार नव्हतं.

खिलारीचं कण्हणं मला ऐकू येत होतं. तिचे डोळे माझ्याकडे अपेक्षेने पाहत होते, पण दावणीला बांधलेला बैल करणार काय? माझ्या नजरेसमोर राजाला खिलारीवर चढवायची तयारी सुरू होती आणि मी चक्क शांत होतो. माझं खिलारीवर प्रेम होतं आणि माझ्यासमोर तिच्यासोबत काही होणं खूप लाजिरवाणं होतं. राजा तिच्यामागच्या बाजूला गेला. तिच्यावर चढायचा प्रयत्न करू लागला, ती गडबडली, तिने अंग झटकायला सुरुवात केली, एका जागेवर ती थांबेना, धडपड करायला लागली, मालकाने आसूड उचलला आणि सपासप दोन फटके टाकले. तशी ती जाग्यावर शांत झाली. तिच्या वेदनांची जाणीव फक्त मलाच होत होती. मला ते सहन होईना. मी जोर लावून ती मेख उपसली आणि धावत-धावत त्या ठिकाणी पळालो. जाऊन सरळ आधी राजाच्या अंगावर गेलो, त्याला शिंगांनी जोरात पलीकडे ढकललं, राजा धडपडत चार फूट लांब जाऊन कोसळला. मालक आणि बाकीचे सगळेच बिथरले. मालकानी मला आसूडाचा धाक दाखवला, पण मीपण त्याच्या अंगावर धावलो तसा तो मागे सरकला. बैलाला एवढा पिसाळलेला त्याने पहिल्यांदा पाहिला असेल. सगळे घाबरत-घाबरत मागे सरकत होते, मी त्यांच्याकडे जात होतो. तेवढ्यात राजा मागून आला आणि मला काही कळायच्या आत त्याने मला मागून जोराची धडक दिली. मी समोर पडलो, परत उठलो, आमची तिथे मारामारी सुरू झाली. मालक मध्येमध्ये येऊन माझ्यावर आसूड मारत होता, पण मी त्याच्या अंगावर सरळ धावून गेलो, तसा तो बराच लांब रस्त्यावर जाऊन थांबला. आता माझ्यात आणि राजात जुंपली, साधारण अर्धा तास आमची धरपकड चालू होती. आम्ही दोघं सोबती आहोत, याचं कसलंच भान आम्हाला राहिलं नव्हतं. जणू जन्मोजन्मीचे

शत्रू आहोत असं समजून आम्ही लढत होतो. बन्याच वेळाने आम्ही शांत झालो, दोघांच्याही अंगावर बन्याच जखमा झाल्या होत्या. मालक तिकडे आला आणि खिलारीला घेऊन गेला, आमच्या दोघांकडे येण्याची त्याची हिंमत होत नव्हती. मला लागलं किंवा मी राजाशी वाकड्यात शिरलो याचं मला जास्त वाईट वाटत नव्हतं; कारण खिलारीला त्या परिस्थितीतून बाहेर काढण्यात मी यशस्वी झालो होतो. थोड्या वेळाने मी आणि राजाही आमच्या जागेवर जाऊन चूपचाप बसलो. मालक खूप चिडलेला दिसत होता, त्याचा सगळा प्लॅन मी उधळून लावला होता. तो हळूच जवळ आला, आम्हाला आमच्या जागी बांधलं. माझी उखडलेली मेख त्याने परत ठोकून बसवली आणि इतकी खोल ठोकली की मी ती काढायचा विचारही करू शकत नव्हतो. मालक आम्हाला बांधून गेला, बराच थकलो असल्याने मी शांतपणे डोळे मिटले.

परत डोळे उघडले, तर रागाने लालबुंद झालेला मालक समोर आसूड घेऊन उभा होता. त्याने सपकन पहिला फटका लावला, की चर्रकन मेंदूपर्यंत त्याची झण पोचली. त्याने फटाफट माझ्या अंगावर फटके मारायला सुरुवात केली. सगळी जनावरं, घरातले पाहत होते. माझ्या अंगावर लाल वळ उमटत होते. मालक दिसेल तिथे फटका मारत होता, मला बडवत होता, माझं सगळं अंग लाल झालं होतं. आतमध्ये लागणारा मार सहन होण्यापलीकडचा होता. शेवटी आसूड तुटला तरी मालकाचा राग शांत झाला नव्हता. आसूड बाजूला टाकून तो निघून गेला. वाटत होतं तो आसूड त्याच्या हातातून घ्यावा आन् पाटलाच्या पोरालाच बदडावा. पण काय करणार साला? हात नव्हतेच आणि पकडायला बोटंही नव्हती. साला आमच्यात कोर्ट-कचेरी

नाही ना पोलिसगिरी. कुठं या माणसांच्या वागण्याची तक्रारही करू शकत नाही. यांनी छळ केला तरी आपण शांतच राहायचं.

म्हटलं उचलावं शिंगावर, पायाची टाच मागे घासली, त्याच्या अंगावर धावणार तोच खिलारीने नकारार्थी मान हालवली. तिच्या पाणावलेल्या डोळ्यांतून जणू पाण्याच्या धारा वाहत होत्या.

त्या रात्री खूप जोराचा पाऊस आला. तिला लगेच गोठ्यात नेलं; पण मला बाहेरच ठेवलं. त्या आसुडाच्या फटक्याने लालबुंद झालेल्या वळावर ते टपोरे थेंब पडले की अंगात जोराची कळ यायची. पण त्या पावसाच्या रपरपणाऱ्या थेंबांनी माझ्या अश्रूचं अस्तित्व दिसून आलं नाही.

दुसऱ्या दिवशी परत काम सुरू झालं. मालक आता माझ्यावर बराच नाराज होता. जणू मी त्याच्यासाठी व्हिलन झालो होतो! बरेच दिवस निघून गेले, मालकाचा आणि राजाचा राग बराच थंड झाला होता. अंगावरचे वळ अजून गेले नव्हते, पण त्या वळांचा फायदा मात्र झाला होता. खिलारी हळूहळू माझ्या प्रेमात पडायला लागली होती.

* * *

त्या दिवशी चरायला गेल्यावर मला खूप सुखद धक्का मिळाला.

खिलारीने मला चक्क आय लव यू म्हटलं.

शप्पथ! आधी तर माझाही विश्वास बसला नाही आणि तिने ज्या सुंदर पद्धतीने प्रपोज केलं, ते लाजवाब!

मस्तपैकी गुलमोहराचं फूल घेऊन ती सगळ्यांदेखत माझ्यासमोर आली. माझ्यासमोर खाली बसून तिने ते फूल खाली ठेवलं आणि वर पाहून मस्त स्माइल देऊन ती म्हणाली,

''आय लव यू.''

आमच्या सगळ्या गायरानावर कालवा सुरू झाला. सगळ्यांना खूप छान वाटलं. फक्त राजा आमच्यापासून दूर होता, पण आम्हाला त्याचा काही फरक पडत नव्हता. आमचं इतकं सुंदर रिलेशन पाहून बाकीच्या बैलांच्या नजरा इतर गाईंकडे पडू लागल्या. त्याही लाजल्या. मला थोडावेळ मी मोहब्बतेमधला शाहरूखखान असल्यासारखं वाटलं आणि हे सगळे माझे विद्यार्थी...

त्या रात्री आम्ही दोघं खूप खूश होतो, आम्ही गाणं म्हणायला सुरुवात केली—

''प्रिये, माझे प्रिये''

''प्रिया, माइया प्रिया''

''ये ना जवळ ये ना''

''नाही प्रिया नाही''

''ये नाऽऽऽऽऽ...''

तेवढ्यात पाठीवर सपकन रपाटा बसला,

''च्यायला झोपलोय चांगला, काय रात्री बारा वाजता ओरडत बसलंय? गप झोप की!'' मालक पाठीवर लाकडाचा फटका मारून निघून गेला.

ती गालातल्या गालात हसत बसली. कसला पचका झालता आमचा? पण मालकाने फटका खूप जोरात मारला होता.

''जा ना जवळ, जा ना अजून, झोप गप. मलाही झोपू देत नाय, मजनू साला! सकाळी लवकर औताला जायचंय.'' राजा ओरडला.

सकाळी मी खूप खूश होतो, पाठाणीला लावलेला नांगरपण हलका वाटत होता. मी रमत-गमत गुणगुणत नांगर ओढत होतो.

''भडव्या, हळू चाल की! गांडीला काय इंजीन लावलंय काय? तुझ्यामुळे मलापण पळावं लागतंय.''

राजाने दम भरल्यावर मी जरा भानावर आलो.

तीन-चार दिवसांनी आमच्या घरी एक डॉक्टर आला, हातात तसली मोठी पेटी घेऊन. त्याच्याकडच्या मोठ्या मोठ्या सुया पाहता, तो माणसांचा डॉक्टर तरी वाटत नव्हता. तो खिलारीकडे गेला. मालकाने खिलारीला जाम धरलं. मग डॉक्टरने तिला काहीतरी इंजेक्शन दिलं. थोड्या वेळाने मला त्यांच्या बोलण्यावरून समजलं की, गाय हात लावू देत नाही म्हणून डॉक्टरकडून इंजेक्शन देऊन तिला गरोदर करणार होते. मग मला जरा बरं वाटलं. झाडाखाली बांधून अत्याचार करण्यापेक्षा हे जरा बरं होतं. टेस्ट ट्यूब बेबी यालाच म्हणतात वाटतं?

तेव्हापासून होणाऱ्या वासराबद्दल मला खूप क्युरीऑसिटी वाटायची.

''बाळ कसंय..?''

''लाथा मारतंय.''

''मी बघू का?'' मी नेहमी खिलारीकडे चौकशी करत होतो.

असे दिवस जात होते, खिलारीच्या पोटातलं बाळ मोठं होत होतं. राजाचं आणि माझं वैरही जरा कमी होऊ लागलं होतं. रोजच्या बोलण्यातून आणि एकमेकांच्या साथीतून आम्ही आमची भांडणं कधीच विसरलो होतो.

त्या दिवशी बाजूच्या घरातल्या मुलीचं लग्न होतं, घरचे सगळे लग्नाला गेलते. घरात फक्त एक म्हातारी होती. अचानक खिलारीला खूप कळवळायला लागलं.

''सर्जा,'' तिच्या डोळ्यांतून पाणी टपकलं.

''काय?'' मी विचारलं.

''खूप त्रास होतोय,'' तिच्या या बोलण्यातून मला काहीच कळेना.

घरातही कुणीच नव्हतं. काय करायचं? म्हटलं, तिच्याजवळ जावं, तिला आधार द्यावा. पण मेख निघता निघेना, माझ्या सहनशक्तीचा अंत होत होता. मध्ये मेख तोडल्यापासून मालकानी खूप जोरात ठोकली होती. कसंबसं दाव ओढत होतो, अचानक अजून एक पाय मध्ये आला आणि त्यानेही जोर लावला.

''तिला तुझी गरज आहे.'' राजाही मदतीला आला. आम्ही जोरात हिसके लावून दाव तोडलं.

मी तिच्याजवळ गेलो, एक प्रियकर म्हणून. होणाऱ्या वासराचा बाप म्हणून मला माझं कर्तव्य पार पाडायचं होतं. तिला तर त्रास होत होता. वासरू कदाचित आताच बाहेर येणार होतं, पण बाहेर काढणार कोण? मी आणि राजा? कसं काढणार, कशाने काढणार? दूरपर्यंत नजर फिरवली, पण कुणीच दिसलं नाही, सारं माळरान मोकळं होतं.

''लवकर काहीतरी कर.'' खिलारीची हालत बघवत नव्हती.

''मी गावात जाऊन कुणालातरी घेऊन येतो,'' म्हणून मी गावाकडे जायला लागलो.

''तू थांब इथे. तिला आधार दे, मी गावात जाऊन येतो,'' राजा म्हणाला. मग आम्ही जोर लावून राजाचीही मेख उपसली.

तसा राजा धावत ओरडतओरडत गावात गेला, जे पाच किलोमीटर लांब होतं. तो तिथं जाऊन ओरडला, एका माणसाच्या धोतराला धरलं. त्याच्याबरोबर अजून दोघं काय झालंय पाहायला आले. त्या सगळ्यांना घेऊन येताना राजा मला दिसला. तोपर्यंत खिलारीची शुद्ध गेली होती, मी

तिला सारखा शुद्धीत ठेवण्याचा प्रयत्न करत होतो. त्या आलेल्या माणसांनी मग कसंबसं वासराला बाहेर काढलं. ते खूप गोड वासरू होतं.

त्याला लोकांनी गरम पाण्याने अंघोळ घालून स्वच्छ केलं.

आज राजाचे आभार कसे मानावेत, तेच मला कळेना. खूप गरजेच्या वेळी त्याने माझी मोलाची मदत केली होती. मी त्याला थँक्स म्हणालो. त्यानेही हसत-हसत ते स्वीकारलं. मालक लग्नावरून आल्यावर त्याने हे सगळं पाहिलं आणि त्याला आश्चर्याचा धक्काच बसला. आमच्या मेखी परत ठोकताना, ह्यांनी या तोडल्या कशा, या विचारातच तो मग्न होता. गावच्या लोकांतही आमच्या बहादुरीची जणू चर्चाच रंगली होती.

किती गोंडस होतं ते! रात्रीचा चंद्र जसा आकाशात, तसं जमिनीवर ते छोटं बाळ. वाटायचं त्याच्या जवळ जावं, त्याला गोंजारावं, जवळ घ्यावं, मी तुझा बा म्हणून सांगावं. पण बांधलेल्या दाव्यापासून दूर जाता येत नव्हतं. आज पहिल्यांदा माझ्या स्वातंत्र्याची कमतरता मला जाणवत होती. आतून खूप वाईट वाटायचं. हा कसला दुरावा, समोर स्वतःचं पोर असूनही मला जवळ जाता येत नव्हतं.

म्हणजे ऑफिशिअली जरी नसलो तरी मानलेला म्हणून तरी मी त्याचा बाप होतो. म्हणजे त्याने जर आईला विचारलं असतं, तर 'तो बघ तुझा बाप' असं ती हक्काने म्हणू शकली असती. काय नाव ठेवायला पाहिजे बरं त्याचं... मी बऱ्याच नावांचा विचार केला; पण नंतर लक्षात आलं की, काही उपयोग नाही, कारण मालक जे ठेवणार तेच याचं नाव असेल. मालकाने त्याचं सुंदर नाव ठेवलं श्रावण! व्वा! माझा श्रावणबाळ. म्हणजे आता माझ्या मुलाचं

पूर्ण नावं झालं होतं श्रावण सर्जा बैल.

* * *

राजाची आणि माझी मैत्रीही चांगलीच वाढली होती. बाहेर दोघेच असलो की, आम्ही खूप मस्ती करायचो. कधी पळायचो, शेतात फिरायचो, खायचो, मूड झाला तर एखाद्या बारक्या पोराला चिंगाट पळवायचो. सगळं जग जणू आनंदी होतं.

एकदा चरायला गेलो, तेव्हा बाजूच्या शेतात मस्त भुईमूग आला होता, एकदम कोवळा. राजाच्या आणि माझ्या तोंडाला पाणीच सुटलं. त्या रानात एक म्हातारं इकडंतिकडं फिरत होतं. थोड्या वेळाने ते म्हातारं बाजूला गेलं, झाडाखाली मस्त ताणून दिली. मोका बघितला आणि सरळ ज्वारीच्या आडूनआडून त्या शेतात घुसलो आणि मस्त ताव मारला. राजा लवकर निघेनाच. तेवढ्यात त्या शेतातलं गडी आलं, आणि त्यांनी आम्हाला ढेकळं मारायला सुरुवात केली. आम्ही पळालो पण एका गड्याने येऊन त्या म्हाताऱ्याला खूप शिव्या झाडल्या. आता त्याच्यावर निघालेला राग कुणावर तरी काढणारच तो. नाहीतर तो माणूस कसला? आणि त्यात गुन्हेगार समोर असल्यावर विचारूच नका. आम्हाला पाठलाग करून त्यानं जे बदडबदड बदडलं, काय सांगू? पण त्या भुईमुगाच्या चवीपुढे हा मार फिका वाटत होता.

मध्ये गायरानात चरत असताना आम्ही विचित्रच गाडी पाहिली. मालकाचे मेव्हणे एका गाडीत बसून आले होते. गाडीला रबराची चार चाकं होती, पो पो हॉर्न वाजत होता. समोर हेंडल होता. माणसं बसायला ऐसपेस जागा होती. चारही बाजूंनी पॉक, सुंदर पांढरी गाडी. ती गाडी आली की, वस्तीवरची सगळी पोरं त्या गाडीकडे धावली. इतकी नवीन

आणि मजेशीर गोष्ट आल्यावर गर्दी तर होणारच ना! गर्दी झाली की चर्चाही होणारच. सगळ्या पोरांनी त्या पोराला प्रश्न विचारायला सुरवात केली.

"ए, तुमची गाडी हाय?"

"कशी चालती ही?"

"हे कायय? हे वाजतं का?"

"किती जोरात पळती?"

"एक चक्कर आणायची का?"

अशा प्रश्नांचा समोर भडिमार सुरू होत असताना, आमची गँग शांत बसणं अवघडच होतं! त्यांना काय, मलाही ती क्युरीऑसिटी होती म्हणा!

"पण गाडी ओढत कोण होतं?" बारक्याला जो प्रश्न पडला, तोच आम्हाला सगळ्यांना पडला होता. पण काहीच कळेना.

"कदाचित गाडीच्या पुढे जी जागा झाकून ठेवली होती, त्यात कुणीतरी असेल," राजाने जरा विचार करून सांगितलं, असं वाटत होतं.

पण खाली वाकून बघितलं तर पाय पण दिसत नव्हते.

"समोर तर सगळं पॅक आहे, मग त्याला दिसतं कसं..."

"पुढं छोटी बिळं असतील, त्यातून पाहत असतील.."

"आणि त्यांना गुदमरत नाही का त्यात?"

"पण असलं कसलं जनावरंय? वेगळाच आवाज हाय त्याचा."

"हो ना, आणि अख्ख्या वाटेने मागनं पादत जातंय, धुरावानी... काळंझार..."

आता मात्र त्यांच्या कल्पनाशक्तीचा आविष्कार होत होता.

सगळ्यांचे मेंदू हायस्पीडने जात असताना, मालक

मेव्हण्यासोबत बाहेर आला. आणि मेव्हण्याने समोरचं झाकण उघडलं, आणि आम्ही सगळे च्याट पडलो. हे काय नवीन? म्हणजे ही अशीच चालती होय?

माणूस पण ना, काय करेल काय सांगता येत नाही. किती वेगवेगळ्या गोष्टी बनवतो. सगळं सोप्पं. बघा ना, किती जोरात पळत होती ती गाडी. सगळे कसे ऐटीत बसत होते. त्यांचं सगळं जग सुखकर होत चाललं होतं.

मागे सगळ्यांची कुजबुज सुरू झाली.

"ए, काय आहे ते नक्की?"

"आपोआप पळतं ते?"

"असं कसं शक्यय पण?"

या सगळ्या प्रश्नांना माझ्याकडे एक चांगलं उत्तर असायचं,

"जादूचं खेळणं आहे."

सगळे मग प्रश्न विचारायचं बंद करायचे, कारण जादूमध्ये काहीही होऊ शकतं. त्याला का, असं विचारायचं नाही हे त्यांना मीच शिकवलं होतं. त्यांच्या प्रश्नांपासून छुटकारा मिळण्यासाठी!

एकदा परत येताना, बाजूची जोड पाहून एका पोराने जणू पैजच लावली मालकाशी—

"काय पाटील, कशी दिसतीये आपली जोड? खास शर्यतीसाठी विकत घेतलीये चाळीस हज्जाराला! लावता का शर्यत? जाऊ द्या, पाटलाला हारणं शोभायचं नाही."

मालकाने त्याच्याकडे काही लक्ष दिलं नाही.

"चला, लावून तर बघा. तुम्हालाही कळंल तुमची जोड कशीय ते?" त्याने परत मालकाला चिथावलं.

चिथावल्यावर पेटणार नाही, तो आमचा मालक कसला? मालकाने आसूड काढला. त्याचं चॅलेंज मालकासोबत आम्हीही स्वीकारलं होतं.

"एक दोन तीन... स्टार्ट..."

मालकाचा आसूड पाठीवर पडणार तोवर आम्ही सपकन उडी घेतली आणि भरभरकन धावलो. मालक मागे जरा कोलमडलं, गाडीला धरून उठलं. त्याला स्वत:ला सावरणं कठीण झालं होतं, इतक्या भरधाव वेगाने आम्ही धावत होतो. सुसाट धावावं वाटत होतं. घोड्यापेक्षा, हरणापेक्षा जास्त वेगाने....

दुसरी गाडी कधीच कोस दूर राहिली होती, तरीही आम्हाला अजून धावायचं होतं, जणू अंगात ज्योत संचारली होती. पण खचकन आम्हाला लगाम लागला, आणि आम्ही भानावर आलो. आम्ही घरी पोचलो होतो. पाटलाच्या पोरानी गाडी सोडली.

तेवढ्यात मागची गाडी आली.

"काय कशी वाटली जोड? खास शर्यतीला तयार केली नसली, तरी पाटलाची हाय. आन् पाटलाला हारणं कधीच जमत नाही, तुझ्यासारख्यांकडून तर नाहीच नाही," मालकाने त्याला टोमणा मारला. तोही खाली मान घालून निघून गेला. त्याची गुर्मी चांगलीच जिरली होती.

मालकाने आम्हाला दावणीला बांधलं आणि जाऊन हिरवागार चारा घेऊन आला. स्वत:च्या हातानी भरवू लागला, पाठीवर हात फिरवून थाप देऊ लागला. पाटलाच्या पोराला आज पहिल्यांदा आमचे इतके लाड करताना पाहिलं होतं. भलताच खूश झाला होता आमच्यावर! आमच्यातही माणसांची फिलॉसॉफी असते, ते नाही का ते— कामगारालाही दुसरं काय पाहिजे असतं म्हणा? मालकाची पाठीवरची थापच अजून काम करण्याची जिद्द देते— तसंच काहीतरी. नंतर त्याला काय झालं कुणास ठाऊक? पेंढ, भुसा, गोळ्या घेऊन आला. सगळं मस्त मिक्स करून भिजवून देऊ लागला. काय भारी लागायचं ते! मग त्याने आम्हाला औताला

जुंपायचं बंदच केलं. फक्त गाडीला जुंपायचा आणि पळवत राहायचा. आम्हीही सुसाट पळायचो. रोज हाच दिनक्रम सुरू झाला. पाटलाच्या बोलण्यातून एकदा कळलं, की बैलगाडीच्या शर्यतीत आम्हाला उतरवणार होते. अच्छा! त्यासाठी तयारी चालू होती तर! रोज आमच्या तालमी सुरू होत्या. मालकाला आम्ही आसूड जास्त वापरूच द्यायचो नाही, आसुडाचा फटका पाठीवर पडला की आम्ही समजायचो, अजून जोरात पळायचं. कधीकधी जाम थकायचो. फटका पडला की, परत धावायचो.

* * *

तो दिवस आला, आम्हाला मस्त अंघोळी घालून, शिंगं तासून, डोक्यावर टिळा लावून तयार करण्यात आलं. बैलगाडीलाही लाल-निळ्या रंगांनी छान सजवलं होतं, त्यावर पांढऱ्या अक्षरात पाटलाचं नाव लिहिलं होतं. आम्ही शर्यतीला निघालो. आम्हाला वाटलं, जवळच्या पाच-सहा गावाच्या अंतरावर शर्यत असेल; पण दहा गावं झाली तरी पत्ता नव्हता. तब्बल २५ गावांनंतर आम्ही शर्यतीच्या ठिकाणी आलो, तोपर्यंत आमचा सगळा स्टॅमिना संपला होता, तोंडातून फेस पडत होता. चालून, धावून पायाची वाट लागली होती, राजाच्या गुडघ्यातही कळ येत होती. थोडा वेळ बसलो, पाटलाच्या पोराने पाणी आणि चारा आणून दिला. समोर मोठं मैदान होतं, तुडुंब गर्दीने भरलेलं. लोकांच्या टाळ्या-शिट्ट्यांच्या आवाजाने दणाणलेलं. आरडाओरडा, माइकमधून मोठ्या रुबाबदार आवाजात बोलणारं कुणीतरी— सगळं वातावरण त्या गलक्यात रमून चाललं होतं आणि त्या आवाजाने हळूहळू आम्हालाही हुरूप येऊ लागला. आम्हालाही समोर जाऊन सारं पाहायचं होतं, पण जाता येईना, दाव्यांनी आम्हाला अडवलं होतं. पाटलाचं पोरगं थोड्या वेळाने

आलं. आम्हाला गाडीला झुंपलं. आम्ही शर्यतीच्या जागेवर जाऊ लागलो. हळूहळू माणसं मागे सरकत होती आणि बैलांनी सजलेल्या बैलगाड्या समोर येत होत्या. किती उत्साह, किती वेग. धापधाप पडणाऱ्या धापा. समोरचं सगळं पाहून अंगात रोमांच संचारत होता. अंगात तरतरी यायला लागली होती. पण सगळा थकवा अजून गेला नव्हता. या शर्यतीत पहिल्यांदा आल्याने इथले नियमही नीट माहीत नव्हते. मालक जिकडं नेईल तिकडं जायचं. आपण फक्त धावत राहायचं, सर्व ताकदीनिशी. आम्हाला गाडीला जुंपलं, आम्ही त्या रेषेजवळ जाऊन थांबलो. आमच्यासोबत अजून वीस गाड्या बाजूला होत्या. समोर दूर एकजण लाल झेंडा घेऊन उभा होता. राजाने आणि मी एकमेकांकडे पाहिलं, आता होऊन जाऊ दे, म्हणून आम्ही तयार झालो. बाजूला मस्त फेटा बांधलेला रांगडा गडी दोन ऐटदार बैलांसह लोखंडी चाकाच्या गाडीत उभा होता.

"ए भाऊ, कुठून आला?" पलीकडून आवाज आला

आम्ही पाहिलं— दोन गुबगुबीत बैलं आमच्याकडे तुच्छतेने पाहत होती.

"लय पळून फायदा नाय तुमचा," त्यांतला एकजण म्हणाला.

"का?" मी विचारलं.

"कारण आला तरी तिसरेच येणार तुम्ही. दुसरे तर आम्ही कुणाला येऊ देणार नाही आणि दरवर्षीसारखं ते खानपडीची जोडच पहिली येणार." दोघंही हसले.

"कोणती जोड?" राजाने विचारलं.

"ती काय ती... तिकडून चार नंबरची... पांढरीशुभ्र चमकणारी, लाल झूल टाकलेली. त्यांच्या मालकांनी खास शर्यतीसाठी सांभाळलंय त्यांना."

आम्ही त्या जोडीकडे पाहिलं, खरंच ऐटदार जोडी होती. पण आम्हीही काही कमी नव्हतो.

"नाहीतर आमचा मालक, गाडीत बसला तरी गाडीचं वजन दुप्पट होतं."

ते दोघं मालकाला पुरते वैतागले होते.

मी सहज वर पाहिलं, तर बैलगाडीवर एक बैल बसला होता, असं वाटलं. शिट्टी फुंकली गेली, समोरून लाल झेंडा फडकावला गेला आणि बंदुकीतून सुटलेल्या गोळीच्या वेगाने झपकन बाजूच्या बैलगाड्या पुढे सरसावल्या. मी आणि राजाही जीव तोडून धावत होतो. समोरचा लाल झेंडा हेच आमचं ध्येय होतं. रपारप पाय पडत होते. पळताना आम्हाला रोखू पाहणारे खड्डे, चढ-उतार, पायाखाली चिरडले जाणारे दगड, मध्येच पायाला लागणारं एखादं झुडूप यांची काहीही पर्वा आम्हाला वाटत नव्हती. आम्ही धावत होतो. पण शेवटच्या क्षणी त्या खानपडीच्या गाडीने झपकन जोर धरला आणि आम्ही हरलो. खूप वाईट वाटलं. आमच्या मालकाने आमच्याकडून इतकी तयारी करून घेतली होती, ती सगळी मेहनत वाया गेली, असं वाटलं. मालकाला आता काय म्हणून तोंड दाखवणार? पण मालक जेवढा नाराज असायला हवा होता, तेवढा नव्हता.

मालकाने आम्हाला जवळ बोलावलं. लिंबाच्या झाडाखाली आम्हाला सावलीत बसवलं. त्या थंडगार वाऱ्यात उन्हाच्या झळा विरून जात होत्या. किती सुंदर असतात ही झाडं, स्वतः उन्हात राहून दुसऱ्याला सावली देणारी. आमचं छप्परच— जसं माणसाला घर, तसं आमच्या डोक्यावर नेहमीच ते असतं— ऊन असो, पाऊस असो, आम्हाला सावरणारं.

आम्हाला वाटलं की आम्ही हरलो. आता घरी गावाकडे जायचं आणि परत आमचा तोच दिनक्रम सुरू. मालक

चिडलेला असणार, गेल्यागेल्या दुसऱ्या दिवशी औताला झुंपणार. आम्हाला वाईट वाटत होतं, पण करणार काय? एक तर आमचा हा पहिलाच अनुभव, त्यात इतक्या लांब चालून लगेच पळायचं याची कल्पनाच नसल्याने स्टॅमिना एकदम कमी झाला. त्याचा अंदाजच बांधता आला नाही. बरं, काही मॅचेसमध्ये खेळाडू खातात तसे एनर्जी ड्रिंक, ग्लुकॉन डी, रेडबुलपण नव्हती मिळाली! मालक आला, आमचं दावं सोडलं आणि आम्हाला घेऊन निघाला. खाली मान घालून आमची पावलं गावाच्या दिशेने चालू लागली. पण तेवढ्यात मानेला झटका बसला आणि मालकानं आम्हाला शर्यतीच्या मैदानाकडे वळवलं. आम्हाला कळेना, काय झालं? आम्ही मालकामागे गेलो, तर आधीच्यापेक्षा दुप्पट उत्साह तिथल्या वातावरणात होता. बाजूला फटाके उडत होते, समोर नऊ बैलगाड्या उभ्या होत्या. आम्हाला वाटलं होतं की, शर्यत संपली आहे; पण नाही. मुख्य शर्यत तर अजून बाकी होती. मालकाने ऐटीत जाऊन आम्हाला दहाव्या जागेवर आम्हाला उभं केलं. मी आजूबाजूला पाहिलं. काही ओळखीच्या गाड्या दिसत होत्या. त्या माइकवर बोलणाऱ्या माणसाचा लाउडस्पीकरमधून जोरात आवाज घुमत होता.

"इथे जमलेल्या पंचक्रोशीतल्या सगळ्या मंडळींनो, आता प्रत्येक फेरीतून आलेल्या पहिल्या दोन जोड्या या अंतिम शर्यतीत भाग घेतील. पाच फेऱ्यांमधील हे दहा विजेते आपल्या समोर आहेत. आपल्या पायांनी या स्थिर जमिनीलाही गती देणाऱ्या या जोड्यांतून ठरेल, आजची विजयी जोडी...''

तो बोलल्यावर आम्हाला कळालं की, अजून शर्यत संपली नव्हती. खरी कसोटी तर आत्ता लागणार होती. आम्ही अंग झटकून तयार झालो.

"राजा, हीच आयुष्यातली शेवटची शर्यत म्हणून पळायचं.

जे होईल ते होईल.'' मी राजाला प्रोत्साहन देत होतो.

''झेंडा फडकला की, श्वास रोखून तयार रहा.''

''कोण होईल विजेता? नेहमी विजयरथ खेचून नेणारे, जे या वर्षीही त्याच वेगात धावत आहेत, ते खानपडीची बैलजोडी की माळेवाडी, जैतापूर, अंगदवाडीचे नवीन हिरे...''

माइकवर त्या माणसाचं बोलणं चालूच होतं. या सगळ्या बोलण्यात आमचा साधा नामोल्लेखही नव्हता. राजाला हे खटकलं, पण नवीन माणसाला प्रत्येक क्षेत्रात अशीच वागणूक मिळते, हे त्याला कोण समजावणार? नवीन माणसाची अशीच हेळसांड होते. शेवटी अनुभव महत्त्वाचा.

शर्यतीची वेळ जवळ येत होती. मालक आमच्या जवळ आला. पाठीवर अलगद हात फिरवला. शिंगांजवळ हात घेऊन लाडाने ती गोंजारू लागला. डोळे मिटून त्याने कपाळावर हलकेच ओठ टेकवले. त्याचा स्पर्श आम्हाला नवा नव्हता. पण आज त्याच्या प्रत्येक स्पर्शाने अंगात नवीन शक्ती संचारत होती. समोर उभ्या असलेल्या शर्यतीत जिंकण्याची उमेद देत होती. राजाने आणि मी एकदा एकमेकांकडे पाहिलं. त्याच्या नजरेत एक बोलकी आस होती, जिंकण्याची, जी माझ्या डोळ्यांतही तेवढीच तळपत होती. समोर अर्जुनाच्या गोष्टीसारखा आम्हाला फक्त लाल झेंडाच दिसत होता. आम्ही त्या आवाजाची तरसून वाट पाहत होतो. टणटण आवाज करणाऱ्या घंटांनी काही क्षणापूर्वी सारा आसमंत घुमत होता. आता त्यांनी जणू काही क्षणांसाठी मौनच पाळलं होतं. आवाज झाला आणि वाऱ्याच्या वेगाने बाण सुटावेत तशा सगळ्या गाड्या सपकन निघाल्या. जिंकण्याच्या आशेने सगळेच पळत होते पण आमची आशा इतरांपेक्षा बरीच वेगळी होती. मालकाचा विश्वास सार्थ करण्याची, आमच्यावर घेतलेल्या मेहनतीचं पूर्ण फळ देण्याची.

आमचा वेग वाढत चालला होता. मालकाला आसूड मारायची गरजही वाटत नव्हती. तेवढ्या वेगात आम्ही धावत होतो. या खेपेला मी आणि राजाने ठरवलं होतं, काहीही झालं तरी आजूबाजूला पाहायचं नाही. आम्ही फक्त त्या लाल झेंड्याच्या दिशेने धावत होतो. रस्त्यात आलेल्या कोणत्याही गोष्टीचं आम्हाला भान नव्हतं. धपाधप पाय पडत होते. ते पाय त्या लाल झेंड्यापुढे गेल्यावरच थांबले. राजा थांबल्यावर मी थांबलो, नीट श्वास घेतला, परत एकमेकांकडे पाहिलं. समोर पाहिलं तर एकही गाडी नव्हती, कदाचित आम्ही खूपच पुढे आलो होतो. मागे पाहिलं आणि मला विश्वासच बसेना. खानपाडीच्या पाटलाची गाडी अजून वीस फूट मागे होती. म्हणजे आम्ही जिंकलो होतो.

मी आणि राजाने शिंगांना शिंग टेकवली आणि एकच हंबरडा फोडला.

समोरून येणाऱ्या सगळ्या गाड्या आमच्याकडे द्वेषाने पाहत होत्या. जणू आम्हाला चिरडून टाकण्यासाठीच त्या आमच्याकडे येत होत्या. आम्ही खूप खूश होतो. बाजूला पाहिलं तर मालक आमच्याकडे पाहत बसला होता. त्याच्या डोळ्याच्या किनारी जरा ओल्या झाल्या होत्या. जणू पोटचं पोर एखाद्या स्पर्धेत जिंकावं, तसा तो आमच्याकडे पाहत होता. त्याने घेतलेल्या कष्टांचं चीज झालं होतं. आमचा गुरू आज शिष्यांच्या दक्षिणेने प्रभावित झाला होता. शर्यतीनंतर खूप मोठा बक्षीस समारंभ झाला. आमच्यावर गुलाल टाकून आमची मस्त मिरवणूक काढली. खूप अभिमान वाटत होता स्वतःचा. सलग पाच वर्षे आम्ही ती शर्यत जिंकली. सगळ्या भागात आमच्या सर्जा-राजा जोडीचं नाव होत होतं. जनावरं शेतात चरताना आमचंच कौतुक करायची. आम्हीही मोठ्या ऐटीत आम्ही शर्यत कशी जिंकलो, ते सांगायचो. एका

शर्यतीला मला खिलारीलाही न्यायचं होतं. शेतात, रस्त्यावर पळताना तिने मला नेहमी पाहिलं होतं, माझ्या वेगाची तिला पुरेपूर कल्पना होती. पण तिच्यासमोर एकदा तिला जिंकून दाखवायचं होतं.

* * *

आता माझा श्रावणही मोठा झाला होता, आज त्याला पहिल्यांदा औताला झुंपणार होते, तेही बापासोबत. ती फिलिंगच वेगळी असते ना! आपला मुलगा आता आपल्यासोबत काम करणार! जणू या मैलभर पसरलेल्या शेताचा वारसदार... तो आला, मी त्याला सगळं अगदी शिस्तीत सांगितलं. कोणतीही स्पर्धा सुरू व्हायच्या आधी पंच जशा इंस्ट्रक्शन देत असतात, तशा मी देत होतो. तो तसं जास्त लक्ष देत नव्हता. त्यालाही हा एका झटक्याचा खेळ वाटला असेल; पण दहा मीटर जाताच त्याची सगळी ताकद जिरली आणि तो भानावर आला. बाप बाप होता है, बेटा! असं त्याला म्हणावं वाटत होतं.

वेळ जसा जात असतो, तसे आपण मोठे होत असतो आणि स्वाभाविकच आपलं आयुष्य कमी होत असतं. घड्याळाच्या काट्याची वेळ आमच्या मोजण्यापलीकडची होता. हा, पण कॅलेंडरमधला वर्षाचा खेळ आम्हाला समजत होता. कधी कधी आठवून पाहिलं तर मागचं आयुष्य कसं गेलं कळत नाही. आणि पुढचं आयुष्य कसं जाणार, हे तर समोरचा मालक ठरवणार असतो. आम्ही फक्त स्वप्नं पाहू शकतो.

वीस वर्षे सरली, त्यामुळे शरीर जरा थकणारच. आता काम करताना खूप थकवा जाणू लागला. एक मैलभर पळालो की थांबायचो, दम लागायचा. पण आम्हाला थांबणं अलाउड नव्हतं, लगेच आसुडाचा फटका बसायचा आणि

पळावं लागायचं. तेव्हा मात्र सगळ्या अंगातून कळा निघत असायच्या. एकरभर रानात नांगर मारतानाही मी तीन-चार वेळा बसायला लागलो.

मालकाने नंतर दोन चाकांची गाडी घेतली. मग काही महिन्यांतच जणू गावात निम्म्या लोकांकडे मोटार सायकल आली. अशी एक ना एक यांत्रिक प्रगती आम्ही पाहत होतो.

मग एकदा तर हद्दच! एक मोठ्ठा ट्रॅक्टर आला, शेतात घुसला आणि झपाझप सारं शेत नांगरूनपण टाकलं. आयचा घो... इतक्या पटकन? आणि तो ट्रॅक्टर थकलाही नव्हता. इतका स्पीड! ज्याला आम्हाला दिवस जायचा, तेच काम दोन तासात केलं याने. कसलं सॉलिड आहे हे— हा नांगरतो, मशागत करतो, शेतातला माल वाहून आणतो, कितीकिती करतो. याने ना, आमचं सगळं काम सोप्पं केलं होतं. बरं झालं आपलं काम वाचलं, म्हणून आम्ही निवांत ताणून देत होतो. पण महिन्यातच मालकाने तसलाच नवीन ट्रॅक्टर आणला. आता काय आम्ही जाम खूश. म्हटलं, आता घरचा ट्रॅक्टर आल्यावर सगळं काम कमी होणार, अगदी तसंच झालं.

आमची संख्या कमी होत चालली होती. ट्रॅक्टरने आमच्यापेक्षा जास्त ताकद कमावली होती, कधीकधी दुसऱ्या शेतातही आम्ही जायला लागलो. तिथं तर चक्क आम्ही पर डे वर काम करत होतो.

हळूहळू आमची गरज कमी व्हायला लागली. त्यात आम्ही थकलेले, दुष्काळात तर अजून वाईट हालत— नुसता वाळलेला कडबा. चावूनचावून दातांची वाट लागत होती. नंतर तर चारा देताना पण कमी घ्यायला लागले. पाटलाचे दिवसही हलाखीचे चालू होते. घरात भाकरीचा तुकडा नसायचा. तो तरी आम्हाला काय खायला घालणार म्हणा.

त्या दुष्काळात सरकारने आमच्यासाठी काहीतरी छावणी लावली होती म्हणे! सरकार जनावरांसाठीपण काहीतरी करतं, याची कल्पना नव्हती आम्हाला. आम्हाला खूप बरं वाटलं. म्हटलं चला, तिथेतरी खायला मिळेल. हिरवंगार, पोटभर. गावातली बरीच जनावरं चालली होती. मालकाने आम्हालाही तिथं पाठवायचं ठरवलं. खिलारी ही घरी दूध देणारी एकटी गाय होती, त्यामुळे तिला घरीच ठेवलं. आम्ही सध्या पंधरा दिवसांसाठी तरी नक्की चाललो होतो. पहिल्यांदाच मी आणि खिलारी इतके दिवस एकमेकांपासून दूर जाणार होतो. जाताना मी येतो म्हणून तिला सांगितलं आणि जड पावलांनी तिथून निघालो. आमची सगळी गँग सोबत होती. सगळे गप्पा मारत, मस्ती करत चालले होते. अजून बरंच अंतर जायचं होतं. कारण पुढे जाणाऱ्या बैलांनी याची कल्पना दिली होती. जाताना आमच्या गँगने बोअर झालं की, काहीतरी मस्ती सुरू केलीच म्हणून समजा. आधी त्यांनी नावाच्या भेंड्या सुरू केल्या, मग विक्षिप्तपणे गाणी म्हणायला लागले. आमच्या ओरडण्याने मालकाच्या चुलत्याला वाटलं की, यांना तहानच लागली आहे. थोड्या वेळाने त्याने एका पाणवठ्याजवळ आम्हाला पाणी दाखवलं. तसेही या गायकांचे गळे गाऊन गाऊन सुकलेच होते म्हणा!

अखेर सकाळीसकाळी घरून निघालेली आमची वारी रात्री उशिरा तिथे पोचली. तिथे एका ठिकाणी नाव नोंदवून आम्हाला एका कोपऱ्यात बांधलं. तिथल्या सगळ्या शेतात जनावरंच जनावरं होती. प्रत्येक फुटाफुटावर तंबू टाकले होते. सगळे जनावरं घेऊन आलेले त्यांत झोपत होते.

तिथं जणू अख्खं शेत हा जनावरांचा बाजार होता. सगळ्या तालुक्यातली जनावरं तिथं आली होती. रोज सकाळी आणि संध्याकाळी आम्हाला सगळ्यांना खायला

मिळायचं, तेही मोजूनमापून.

तिथं एक होतं की, बाजूला जाता येत नसे. पूर्णवेळ आम्हाला बांधून ठेवत होते. तरी आमच्या गँगने आजूबाजूच्या सगळ्या जनावरांशी ओळख करून घेतली होती. सगळे स्वत:ची महती सांगण्यात गुंग असायचे. मालकाच्या हातवाऱ्यांतून आणि चेहऱ्याकडे पाहून त्याचा मूड कसा ओळखायचा, याचे तर लेक्चर पूर्व पश्चिमेपासून ईशान्येपर्यंत चालू होते. काहीजणांनी तर बाजूच्या गाईंनाही माझी टॅक्ट वापरून इंप्रेस करायला सुरुवात केली होती. सगळ्यांची मौजमस्ती चालू होती, जणू सगळे व्हेकेशन ट्रिपला आले होते. सगळ्यांना जणू इथून जाऊच नये, असं वाटायचं.

इथं शक्यतो कामं नसलेली माणसं आम्हाला घेऊन आली होती. तिथल्या निम्म्या लोकांचा वेळ गप्पा मारण्यात जायचा तर निम्या लोकांचा पेपर वाचण्यात. खुनाचे, चोरीच्या बातम्या असलेले, मेलेल्या माणसांचे फोटो असलेले पेपर जणू त्यांच्या आवडीचे विषय होते. सारखं त्यांत डोकं घालून वाचत बसायचे. त्यांच्यासोबत आलेली बारकी पोरंपण ते नसताना फोटो बघत बसायची.

तिथलं जग वेगळंच होतं. साधारणत: महिनाभर आम्ही तिथं होतो. नंतर काही दिवसांनी जरा पाऊस पडल्यावर सरकारने खायला देणं बंद केलं. आम्हाला परत घरी घेऊन आले. मी आल्याआल्या खिलारीला भेटलो.

आता परिस्थिती वाईट होत चालली होती. मी तरी थोडासा काही करत होतो, पण राजाच्या पायाला एकदा बैलगाडी चालवताना लागलं होतं, त्यामुळे त्याला काहीच करता येत नव्हतं. मलातर त्याची जखम पाहून भीती वाटायची की, याचंही बत्ताश्यासारखं व्हायचं नाही ना? त्याच्या जखमेवर डॉक्टरने उपचार तसे केले होते, पण

जखम पाहिजे त्या गतीने बरी होत नव्हती. काही न करता बसून राहणं कंटाळवाणं होत होतं; पण काय करणार? म्हातारपण असंच असतं. माणसात पण सगळे म्हातारे निवांत बसूनच असतात.

* * *

मागचे दोन दिवस झाले, घरात वेगळाच माहोल होता. घरात काहीतरी चर्चा घडत होती, पण आम्हाला बाहेर काही ऐकू येत नव्हतं.

"परवा बोलवतोय त्याला,'' असं सांगून एक माणूस बाहेर गेला.

एवढंच काय ते मला त्या डिस्कशनमधलं 'परवा' ऐकू आलं होतं.

सकाळी मालक आमच्या जवळ आला. पारावर बसून आमच्याकडे थोडावेळ पाहत राहिला. मग जवळ येऊन माझ्या आणि राजाच्या डोक्यावर हात फिरवला. त्याच्या डोळ्यांत नकळत पाणी तरळलं, पण त्याने ते लगेच टिपून घेतलं. काय चाललंय, ते आम्हाला काहीच कळत नव्हतं. आम्ही विचार करत होतो, तोच एक टेम्पो घरासमोर आला. त्यातून एक माणूस उतरला. तो जाऊन पाटलाशी काहीतरी बोलू लागला. समोरच्या माणसाने पाटलाच्या हातात नोटांचं बंडल दिलं. मला समजलं, आम्हाला परत विकलं जाणार होतं. तिघांनाही सोबत! हे जरा सहन नाही झालं, मनाला पटलं नाही; पण काय करणार? आता कदाचित या वयातही आम्हाला नवीन मालक बघावा लागणार होता. आम्हाला गाडीत चढवलं. दाव्याने कसून बांधलं. तिथली आमची गँग गहिवरली होती, हंबरडा फोडून रडत होती. त्यांना आमचं असं अचानक जाणं सहन होत नव्हतं. मी जरा ते पचवून घेतलं होतं. खिलारी आणि राजाही रडायला आले होते.

सर्जा । ९९

"कुठे चाललोय आपण?'' खिलारीने विचारलं.

''नवीन घरी,'' मी एवढंच बोलू शकलो.

मालकाने विकण्याचं दुःख होतंच; पण आम्ही तिघे सोबत आहोत; याचं समाधानही होतं.

टेम्पो तिथून निघाला आणि जणू आमचा आयुष्यभराचा प्रवास तिथेच संपला.

सुख आणि गोड शेवट

आम्ही दोघांनी आनंदाने हंबरडा फोडला. ती पळत माझ्या जवळ आली. आम्ही एकमेकांच्या अंगाला चिटकू लागलो. हा आनंद गगनात मावेनासा झाला होता. आम्हाला एकमेकांच्या भेटण्यावर विश्वासच बसत नव्हता. तिच्या तोंडाला प्लॅस्टिक लागलेलं होतं, मला खूप कसंतरी झालं. मी ते प्लॅस्टिक काढलं, अंगावरची घाण झटकली आणि तिला घेऊन बाजूला आलो.

उपाश्या हे सगळं पाहत होता. त्याला आतापर्यंत हे कळलं होतं, की काहीतरी वेगळा मॅटर आहे. त्याने सरळ तिथून कलटी घेतली. बऱ्याच दिवसांनी भेटलेले दिसत आहेत, त्यामुळे आज दिवसभर काही याला घेऊन फिरता येणार नाही, हे त्याला पुरतं कळून चुकलं. तो परत हॉटेलमध्ये गेला आणि एक चहा सांगितला.

आमच्या दोघांच्याही डोळ्यांत पाणी तरळत होतं. बराच वेळ एकमेकांकडे पाहत बसलो होतो, वेड्यासारखे. येणाऱ्या-जाणाऱ्यांच्या ते काही लक्षात येत नव्हतं.

"कुठं होतीस इतके दिवस?" मी विचारलं.

"याच शहरात होते, इकडं-तिकडं फिरत." – खिलारी.

"इतक्या दिवस इथेच राहिलीस?" – मी.

"कुठे जाणार? शहराच्या बाहेर गेलं की मोकळं माळरान

दिसायचं, त्याच्यापुढे काय असेल माहीत नव्हतं? उगाच कुठे हरवण्यापेक्षा इथंच राहिले. तुम्ही कुठे गेला होता?'' – खिलारी.

''कत्तलखान्यात.'' मला हे तिला सांगायचं नव्हतं.

''राजा?'' तिने आजूबाजूला पाहत विचारलं.

''मला सोडवायच्या नादात, स्वतःला नाही सोडवता आलं त्याला.'' हे सांगताना माझ्या डोळ्यांत पाणी तरळलं.

असं वाटत होतं, जणू मागचा भूतकाळ परत डोळ्यांसमोरून जात आहे. आयुष्याच्या शेवटी सोबत राहण्याच्या आशा सोडून दिल्या असताना, अशा वेळी तिचं भेटणं माझ्यासाठी जणू नव्या आयुष्याची सुरुवात होती.

मग तिच्याशी बोलता-बोलता तिचा सगळा फ्लॅशबॅक मला समजला.

तिने कसे ते तीन महिने काढले होते कुणास ठाऊक? तेही एकाच शहरात. जाणार तरी कुठे म्हणा? पहिल्यांदाच अशी एकटी फिरत होती. एकटं जायची भीती आणि या शहराच्या बाहेर नक्की काय असेल, हेच तिला माहीत नव्हतं. इथं शहरात थोडंफार पोटाचं भागवता येत होतं. म्हणून हाच पर्याय तिच्यासाठी चांगला होता. तसंच बऱ्याच गाई त्या ठिकाणी असल्यामुळे तिला सोबती मिळाले होते. पण त्या सगळ्याच थकलेल्या, पार मरायला येऊन टेकलेल्याच्या अवस्थेत होत्या. सगळ्या उपाशी. बिचाऱ्यांची ही अवस्था बघवली जात नव्हती.

मग मी तिला घेऊन उपाश्याकडे गेलो. उपाश्याने तिलाही खायला टाकलं. एकंदर प्रकरण त्याच्या लक्षात आलं होतं. तो जरा विचित्र नजरेने आमच्याकडे पाहत होता.

''हा कोण आहे?'' उपाश्याच्या अवताराकडे पाहून खिलारीने मला विचारलं.

"हा, बिझनेस पार्टनर," मी सांगितलं.

"काय?" खिलारीला हा खूप मोठा प्रश्न पडला.

"अगं, म्हणजे मी आणि तो मिळून बिझनेस करतो." मी तिला समजावून सांगितलं.

"काहीही हा सर्जा," तिच्या अशा या डायलॉगवर मी काय बोलणार?

"आता अंधार पडतोय, निघू आपण. उद्या सकाळी आमचा बिझनेस तुला दाखवतो," असं म्हणून मी तिला घेऊन निघालो.

ती रात्र आयुष्यातली खूप सुंदर रात्र होती. आकाशाच्या मंडपाला जणू चांदण्यांची सजावट झाली होती. आयुष्यात कदाचित पहिल्यांदाच आम्ही एकमेकांच्या इतके जवळ होतो, तेही इतक्या दिवसांनी. त्या रात्री आम्ही दोघं मस्त एकमेकांच्या कुशीत फूटपाथवर झोपलो. सुनसान रस्त्यावर क्वचित एखादी गाडी जात होती. आज आयुष्यात पहिल्यांदा असं तिच्या कुशीत झोपत होतो. सकाळी डोळे उघडले तर तीन-चार बारकी पोरं समोर घोळका करून उभी होती. ती आमच्याकडे टकमक बघत होती. तेवढ्यात त्यांतल्या एकाची आई आली आणि त्यांना घेऊन गेली.

"काय करताय इथं?"

"ए आई, बघ ना ते कसे झोपलेत?" असं म्हणत पोरगं हसत गेलं.

मी पटकन खिलारीकडे पाहिलं. रात्रभर आम्ही असेच एकमेकांना चिकटून झोपलो होतो. मी उठलो, बाजूला झालो, आजूबाजूला उपाश्याला शोधायला लागलो. उपाश्या काही पंधरा मिनिटं दिसला नाही. तोपर्यंत खिलारीही उठली. दोघे जाऊन रस्त्याच्या कमी रहदारी असणाऱ्या बाजूस थांबलो.

नंतर तो आला, मला तयार करायला सुरुवात केली. मला झूल चढवताना आमच्याकडे बघून तो पुटपुटत होता.

"म्हातारे झालेत, पण ठरकीपणा काय जात न्हाय. देवा, हे काय पाहतोय मी? मी एकटा आणि हा बैल त्याच्या गर्लफ्रेंडसोबत. हा अन्याय आहे माणूस-जातीवर. माणसानं केलेल्या पापाची तू मलाच का शिक्षा देतोय?"

त्याच्या बोलण्यावर मला खूप हसू येत होतं. तो समोर आला की मुद्दाम मी खिलारीच्या शिंगाला शिंग घासलं, तसा त्याचा अजून जळफळाट व्हायला लागला.

"इथं आमचं आयुष्य गेलं, तरी आम्हाला कुणी भेटलं नाय. तुम्ही बसा चान्स मारत," असं म्हणून तो मला घेऊन निघाला. खिलारीपण माझ्यासोबत निघाली.

"आता हीपण येणार व्हय?" म्हणून तो वैतागून चालत होता.

पुढे गेल्यावर आम्ही दिवसाचा ठरलेला कार्यक्रम सुरू केला. खिलारीलाही माझा बिझनेस समजला. तिला आधी वाटलं की, 'तू नंदीबैल नसताना खोटी मान हालवतोस हे चुकीचं आहे.' पण नंतर तिच्याशी चर्चा केल्यावर तिला हे पटत गेलं, की जगण्यासाठी पोट भरावं लागतं. आणि हे काही गाव नाही, की कुठेही शेतात आपल्याला चरता येईल. इथं खायला पैसेच लागतात. आज धंदा तसा कमीच झाला होता, अख्ख्या शहरात फिरूनही कुणी जास्त भाव दिला नव्हता.

पहिला दिवस तिला आजूबाजूचं जग समजावण्यातच गेला, शहराविषयीचे तिचे अफाट प्रश्न, त्याला माझी ठरलेली उत्तरं. आज परत तशाच चांदण्यात आम्ही सोबत झोपी गेलो.

* * *

सकाळपासून उपाश्या कसल्यातरी विचारात दिसत होता.
आजतरी चांगली कमाई होईल की नाही त्याचं टेन्शन त्याने
घेतलं असावं. तो उठला, त्याने एकेक बादली पाणी आमच्या
अंगावर ओतलं. त्याला वाटत होतं की, त्यातच आम्ही
अंघोळ झाल्याचं समाधान करून घ्यावं. त्याने मला नेहमीसारखं
तयार केलं. अचानक डोक्यात बल्ब पेटावा, तसं त्याच्या
डोक्यात कांडी पेटली. त्याने खिलारीवरही एक झूल टाकली,
तिच्याही कपाळावर लाल कुंकू लावलं आणि आम्हाला
घेऊन निघाला.

मी विचार करत होतो, हिला काय बनवणार हा?

नंदीबैल तर बनवू शकत नाही, मग काय बनवणार?
कामधेनू?

काय आहे, ते चौकात गेल्यावर कळणार होतं.

चौकात त्याने आम्हा दोघांना उभं केलं.

आणि सुरू झाला—

ऐका ऐका कहानी

एका आगळ्या प्रेमाची

गावाकडून आलेल्या

या राजा-राणीची

काळ होता घनघोर

दिला नशिबानं टोला

वेगळी झाली दुनिया

दिस विटून गेला

पोटासाठी दारोदार

फिरत होता राजा

आयुष्य म्हंजी खेळ जणू

की हाय सजा

एके दिवशी काय झाले

नशिबाने दिली हाक
भेटली राणी परत
दिली जन्माची साथ
आता दोघे सोबत सारे
क्षण आला आनंदाचा
फुललेल्या फुलावाणी
फुललेल्या प्रेमाचा
अशी कहाणी सुरू आहे
या जोडप्याची
एक देव नंदीबैल
एक माता कामधेनूची—

असं म्हणून त्याने जो आलाप घेऊन डोळे उघडले, तर आजूबाजूला लोकांची तुफान गर्दी जमली होती. आमच्या बिझनेसमधली सगळ्यात मोठी अचीव्हमेंट होती ती! लोक पटापट जवळ येऊ लागले, मोठ्ठी रांग लागली. त्याचं बोलणं चालूच होतं.

'च्यायला, बैलाचीपण गर्लफ्रेंड! जनावरात पण लव्हस्टोरी असती होय?'

'आहाहा, काय भेटलेत... मला ना, डीडीएलजेतली शाहरूख-काजोलचीच भेट आठवली.'

'काय जोड आहे, वीर झाराचा पार्ट टू यांच्यावरच बनवायला पाहिजे...' आजूबाजूची लोकं उपाश्याच्या या मध्येमध्ये पडणाऱ्या वाक्यांवर खळखळून हसत होती.

लोकं खिलारीच्या कानात जाऊन काहीतरी बोलायची आणि पायाजवळ पैसे टाकून जायची. काही माझ्याजवळ यायची आणि असं होईल का? विचारायची. मी प्रश्नाला अनुसरून, समोरच्याकडून काय मिळेल, या हेतूने जसं

वाटेल तशी उत्तरं द्यायचो. आज जवळपास दुपारपर्यंत आमच्या बाजूची गर्दी संपत नव्हती. उपाश्याची ही युक्ती यशस्वी ठरली होती. बिझनेस टिकवण्यासाठी अशा शकला लढवाव्या लागतातच. आज तो खूप खूश दिसत होता, कारण आजच्या कमाईत नाही म्हटलं तरी पंधरवडा निघणार होता.

त्याने आता जणू ही त्याची आवडती कविताच बनवली होती.

जिथं जाईल तिथं हेच गाणं सुरू करायचा आणि मध्येमध्ये बाकीचंही बोलत राहायचा.

"बघा बघा, लैला-मजनू बघा, हीर-रांझा बघा. अहो त्या रोमिओ-ज्युलियटला पण मागे टाकतील असे आमचे हे प्रेमवीर—"

"राजा आणि ही राणी, भर पावसात सुरू झाली यांची प्रेमकहाणी..."

"एका दूरच्या गावात सुरू झालेली गोष्ट, दोघं बिछडलेले, पण त्या भगवंतालाही दया आली आणि त्यानं राणी इथं प्रकट केली."

त्यावर आमचे चांगले दिवस चालले होते म्हणा. गाऊनगाऊन कधीकधी उपाश्याचा आवाज बसायचा. मग मात्र मज्जा यायची. त्याचं गाणं तो इतक्या भसाड्या आवाजात गायचा, की समोरचा माणूस, 'ए गप्प बस बाबा' किंवा 'जा इथून' म्हणून झोळीत काहीतरी टाकायचा. खरंतर आम्हालाही ते गाणं आता खूप बोअर झालं होतं. रोज ऐकूनऐकून नकोसं व्हायचं; पण ऐकण्याशिवाय दुसरा पर्यायच नव्हता आमच्याकडे. कान दाबून धरावे वाटायचे, पण हातच नव्हते ना? ना कानांत बोळे घालता येत होते, ना कानांना दुर्लक्ष करायला सांगता येत होतं.

नंतरचे काही दिवस खूप सुखात गेले. उपाश्या भीक मागताना, आम्ही दोघे टाइमपास करत बसायचो. सोबत खायचो, पळतपळत एकामागे एक धावायचो. खूप मस्ती करायचो, जणू आमचं तरुणपण आम्ही अनुभवत आहोत. एखाद्या प्रेमी युगुलालाही आमचा हेवा वाटावा, इतकं सुंदर सारं चालू होतं.

शहरात असलं की आम्हाला खूप कोंडल्यासारखं व्हायचं. कधी तिथून बाहेर निघतोय, असं वाटायचं. आम्ही पडलो खेड्यातले, आयुष्यभर मोकळ्या रानात राहिलेले, हिरव्यागार शेतात कोस-कोस हुंदडणारे. अशा एकमेकांना चिटकून चालणाऱ्या लोकांची गर्दी इथे रोजच असायची. एका शहरातून दुसऱ्या ठिकाणी जाताना मध्ये एखादं मोकळं माळरान दिसलं की, जणू आम्हाला स्वातंत्र्य मिळाल्यासारखं वाटायचं. मग आम्ही एकमेकांमागे मस्त हुंदडायचो. जोपर्यंत थकत नाही, तोपर्यंत. आम्हाला हुंदडताना बघून, उपाश्याही आमच्यावर कधी ओरडायचा नाही. एकतर त्याला माहीत होतं की, हे बिनकामी दुसऱ्याच्या शेतात घुसणार नाहीत, आनंदात जगत आहेत तर करू द्या एन्जॉय. उपाश्या आपला एफएम लावून कानात हेडफोन टाकून ऐकत बसायचा आणि सर्वात महत्त्वाचं, जरी तो ओरडला तरी त्याचं आम्ही काहीही ऐकणार नव्हतो, हे त्यालाही माहीत होतं. कधीकधी तो झाडाखाली गठुडं टाकून निवांत झोप काढून घ्यायचा.

* * *

आम्हाला एक कळलं होतं, की खरंच मनात तीव्र इच्छा असेल ना, तर गोष्टी मनासारख्या घडतात. आम्हाला कधीच वाटलं नव्हतं की, आम्ही सोबत अशी इतकी मस्ती करू. दाव्याला बांधून राहिलेलं आमचं आयुष्य. तरुणपणी कधी जास्त भेटता आलं नाही, म्हातारपणीची

तर अपेक्षाच नव्हती. ज्या दिवसांसाठी आयुष्यभर मरत होतो, ते आता म्हातारपणात जगायला मिळत होते. खरंच स्वप्नं पूर्ण होतात, खरंच!

खिलारीला शहरातलं जास्त कळत नव्हतं. मी आतापर्यंत तसं सगळं कोळून प्यायलो होतो. कसंय, शहरातल्या गाड्या, इमारती आणि माणसं यांपासून जपूनच राहायला हवं. मी तिला शक्यतो माइ्यासोबतच घेऊन जायचो, एकटा कुठे गेलो तरी तिला एखाद्या ठिकाणी बसवून जायचो. तिला बाकीच्या गोष्टीही सांगायचो. जनरल नॉलेज! ती बऱ्याच वेळा रस्ता क्रॉस करताना घाबरायची, मग मी तिला सांगायचो की, लाल लाइट लागल्यावर जा. मग ती नीट जायला लागली. कसंय, वनवेला रस्ता क्रॉस करायला प्रॉब्लेम व्हायचा. गावाकडे असं काही नसायचं ना? कुठंही कसंही जा, सारं शेत आपल्या मालकीचं.

कधीकधी आमचं प्रेम पाहून उपाश्याही भावुक व्हायचा. त्यालाही बिचाऱ्याला त्याच्या बायका-पोरांची आठवण येत असेल. एकदा तर त्याला काय झालं कुणास ठाऊक? पिऊन आला होता आणि आमच्यासमोर बसून ढसाढसा रडायलाच लागला. आम्हालाच कसंतरी झालं. काय झालं असेल? मी उगाच मला वाईट वाटतंय म्हणून पाय त्याच्या मांडीवर फिरवला. मला मस डोक्यावर फिरवू वाटत होता, पण हाइट पुरत नव्हती ना, म्हणून.

"आज घरच्यांची लय आठवण आली, बायकोची पण आली म्हणा, तुम्हाला सांगतो, पण एका अटीवर, दुसऱ्या कुणालाच सांगायचं नाही.."

आम्ही आपली मान डोलावली. असं म्हणून तो सुरू झाला—मला वाटलं, बिचारा! घर, आई-बाप आजारी, बायकोला सांभाळता-सांभाळता वाट लागलेली, पोरं बिचारी

बापासाठी आसुसलेली असतील. नाहीतर याला घरातून हाकलून दिलं असेल. अशी काहीतरी सॅड स्टोरी असेल.

''आपण लय राजा माणूस, मननं हा. आपला बाप आपल्याला म्हणायचा, एक शिवाजी बिडी पाहिजे, आपण असे दहा-बारा बंडल त्याच्यापुढे टाकायचो. म्हणायचो, वढ. सगळं इ्याक चालू होतं, पण आयुष्यात बायको आली आणि सगळं फिसकटलं. आयुष्यातून पार उद्ध्वस्त झालो. बाप गेला, तो गेला म्हणून आयपण गेली. बायको साली हरामी, सगळं लुटलं तिनं आणि तिच्या भावानं आणि कंगाल केलं मला आणि मग भांडून निघून गेली तिच्या माहेरला. लय वेळा गेलो तिच्या घरी; पण काही उपयोग नाही झाला. दरवेळेस अपमान, नाहीतर लाथा-बुक्या सोबत घेऊनच यायचो.

''तिच्यामुळं माझ्यावर ही वेळ आली. पण आपण जगणं हारलो न्हाय हा! ठरवलं, जोवर मरण येऊन घेऊन जात नाही, तोपर्यंत जगायचं. साला एक जिंदगी देतो देव, त्यातपण कमी पडलो तर काय उपयोग?''

बोलताबोलता तो तसाच झोपी गेला. मी आणि खिलारीने एकमेकांना लूक दिला आणि आम्हीही झोपलो.

एक बैल दिवसभर करूनकरून दुसरं काय करणार म्हणा? शांत राहायचं, आजूबाजूला चालणाऱ्या गर्दीकडे पाहत बसायचं. कृष्णाच्या निबंधात गाव आणि शहर यांतला फरक ऐकला होता; पण आता तो डोळ्यांनी पाहत होतो. निबंधात फक्त बिल्डिंग्ज, कपडे, श्रीमंती, गाड्या यांच्यावरच लिहिलं जाई, पण ते सोडूनही शहरात बऱ्याच गोष्टी असतात. तो फरक डोळ्यांवर विश्वास न बसणारा असतो. शहरातला कचरा हा गावाच्या उकिरड्यापेक्षा प्रचंड मोठा; इतका की, तो उकिरडा पाहिला तर त्यावर एखादं गाव बसू शकेल,

एवढा असतो. तरीही रस्त्यावर सारखं काही ना काही पडतच असतं. इथली लोकांची अचंबित करणारी गर्दी— तिकडे गावाकडे पुरुष आणि बाई ही विरुद्धलिंगी माणसं एकमेकांच्यात बरंच अंतर ठेवून असतात. पण इथे मात्र एकमेकांना लोहचुंबकासारखे चिकटलेले असतात. प्रत्येक शहरात मी ठरलेली दोन-तीन ठिकाणं तरी अशी पाहिली की, इथे नेहमी प्रेमी युगुलं बसलेली असायची.

संध्याकाळी तर मोकळी जागा कुठे दिसत नसायची.

मग मला आणि खिलारीलाही याचं अप्रूप वाटायचं. मग मीही ठरवलं.

मीपण काय कमीवाला बैलफ्रेंड होतो का काय? म्हटलं आपण पण ऐश करायची, आलो खिलारीला घेऊन मरीन ड्राइव्हवर. मस्तपैकी गरम मक्याचं कणीस खात गप्पा मारत आम्ही सनसेट पाहिला. खरंच खूप मस्त दिसतो तो!

फिरायची आमची हौस नेहमी पूर्ण व्हायची. एकदा रत्नागिरीला बीचवर गेलो होतो. काय भारी समुद्र दिसत होता! अथांग पसरलेला, कुठे संपतो हे सांगणं कठीणच... बीचवरपण आम्ही खूप मस्ती केली. काय थंड पाणी लागायचं. आम्ही आत मस्त पोहलो. आजूबाजूच्या लोकांना आमचं हे सगळं अप्रूप वाटत होतं. ते लगेच येऊन आमचे फोटो काढायला, व्हिडीओ शूटिंग करायला लागले. आम्ही बाहेर आल्यावर तर फॉरेनर आमच्यासमोर लाइन लावून उभे होते, सेल्फी काढायला. साल्या उपाशयाने त्याचाही बिझनेस सुरू केला होता. पण आम्हालाही बरं वाटत होतं, तेव्हा आम्हीही काही विरोध केला नाही.

तिथे सगळेजण पाण्यातून आले की तसल्या लाकडी खुर्चीवर जाऊन बसायचे. बहुतेक त्याने अंग वाळत होतं. आणि ते बसायलापण छान होतं. वर सावलीला छत्री. मी

जाऊन त्याच्यावर पाठ टेकवताच खाडकन आवाज झाला आणि ते मोडून पडलं. मी बाजूला पाहिलं तर खिलारी गायब झाली होती. समोरून वेटर येताना पाहून मलाही आता तेच करावं लागणार होतं. मीही सुसाट पळालो. बीचवर मला एक गोष्ट कळाली, तिथं लोक जेवण द्यायचे नाहीत पण बिअर देतील. एक बहाद्दर तर समोर ठेवूनपण गेला. घेतलीही असती, पण प्यायला कुणाला येतीय?

एकदा तर ही स्टोरी ऐकून एकजण तसला कॅमेरा आणि माइक घेऊन आले. त्यांनी उपाश्यालापण बरेच प्रश्न विचारले. पण त्याने जी उत्तरं दिली, ती ऐकून त्या माणसाने ती फिल्म कुठे दाखवली असेल, असं वाटत नाही.

* * *

मी एकदा निवांत एका कोपऱ्यात बसलो होतो, खिलारी समोरून चालत माझ्याकडे येत होती. ती मस्त स्माइल करत होती, मीही तिला छान स्माइल देत होतो. तेवढ्यात बाजूला उभ्या तीन-चार कुत्र्यांनी तिच्याकडे पाहून भुंकायला सुरुवात केली. त्यांच्या अचानक भुंकण्याने ती खूप घाबरली. ती घाबरल्याने कुत्रे तिच्या अंगावर यायला लागले. तिला काय करावं ते कळेना. मी समोरून ते पाहिलं आणि धावत तिच्याकडे यायला लागलो. मी तिथं जाऊन त्या कुत्र्यांना बाजूला केलं असतं. पण व्हायचं तेच झालं, कुत्र्यांच्या अंगावर येण्याने घाबरून ती पळायला लागली. कुत्रीही तिच्या मागे पळाली.

''खिलारी, पळू नको, मी येतोय,'' मी ओरडत होतो, पण ती भीतीने पळत होती. माझ्या हाकेकडे तिचं लक्षच गेलं नाही. ती नुसती पळतच होती.

या धावपळीत अचानक फूटपाथवरच्या फरशीवरून तिचा पाय सपकन घसरला आणि ती रस्त्यावर पडली.

समोरून कचकन एक कार तिच्या पायावर येऊन थांबली, त्या गाडीने ब्रेक लावला खरा; पण तोपर्यंत तिचा पाय त्या चाकाखाली चिरडला गेला होता. तिने जोरात हंबरडा फोडला. काळजात कळ आली, धावत जाऊन पाहिलं, तर त्या कारच्या चाकाखाली तिचा पाय चेपला होता. ती वेदनेने विव्हळत होती. तिच्या वेदना त्या परमेश्वराला विचारत होत्या, 'का?' मी तिच्याजवळ गेलो, तिचा पाय काढायची धडपड करू लागलो.

लोकांनी येऊन गाडी बाजूला काढली. तिच्या पायाची अवस्था मला बघवत नव्हती. पायाचं कातडं निघालं होतं, रक्त वाहत होतं. हाड मोडलं होतं. तिच्या वेदना, तिचं कण्हणं माझ्या डोळ्यांत पाणी आणत होतं. इतकं चांगलं चाललं असताना, नशिबात असं का घडावं?

ऑक्सिडेंट पाहून रस्त्यावर धावपळ सुरू झाली. मी खिलारीला हालवायचा प्रयत्न करत होतो, पण माझ्या एकट्याने ते काही होत नव्हतं. निम्मी लोकं त्या गाडीवाल्याला मारण्यात गुंतली होती, तर निम्मी बघ्याची भूमिका आवडीने साकारत होती. तिच्या वेदना मला असह्य होत होत्या. नको-नकोसं होत होतं, तिचं दुःख पाहिलं जात नव्हतं. मीही जोराने हंबरडा फोडला. काही लोक मागे सरकले. मागचं ट्रॅफिक थांबलं होतं. मी उभा राहिलो, तेवढ्यात गाडीतून उतरलेले काहीजण आले आणि खिलारीला फूटपाथकडे घेऊ लागले. त्या लोकांनी खिलारीला बाजूला केलं, आणि ट्रॅफिक सुरळीत करू लागले. ती कदाचित ट्रॅफिकसाठी अडचण होत होती. मला काहीच उमजत नव्हतं, कुठे जाऊ, काय करू, हाक तरी कुणाला मारू? बोलवू तरी कुणाला? लोक आजूबाजूला येऊन थांबत होते, काही पाहून जात होते, काहींना वाईट वाटत होतं, पण कुणी काहीच करत नव्हतं.

थोड्या वेळाने उपाश्या आला, त्याने तिथल्या गर्दीला बाजूला सारलं, पळत गेला, एक टेम्पो घेऊन आला. खिलारीला गाडीत चढवलं आणि गाडी घेऊन सरळ शहरातल्या जनावराच्या डॉक्टरांकडे घेऊन गेला. तिथं गेल्यावर खिलारीला आत घेऊन गेले, मला तिच्यासोबत नाही जाता आलं, उपाश्या आत गेला. मी उपाश्याला तिथं आल्यापासून इथं येईपर्यंत पाहत होतो. खूप तळमळीने तो धडपड करत होता आणि हे सगळं करताना त्याच्या डोळ्यांत हलकंस पाणी तरळत होतं. त्यालाही खिलारीची ही अवस्था पाहवली जात नसावी.

मी बाहेर बराच वेळ उभा होतो. आत काय चाललंय याची मला काहीही कल्पना नव्हती. गावाकडे एक डॉक्टर त्याची पेटी घेऊन यायचा, आम्हाला तपसायचा, इंजेशनं द्यायचा. असलाच पेटीवाला डॉक्टर आम्हाला माहीत होता. जनावरांसाठी असला दवाखाना असेल, असे डॉक्टर्स असतील असं कधीच वाटलं नव्हतं. चार-पाच तासांनी उपाश्या खिलारीला घेऊन आला. तिच्या पायाला मलमपट्टी केली होती. तिचं दुखणं कमी झालं होतं, पण थांबलं नव्हतं. तिला चालताही येत नव्हतं, जरा पाय टेकवला की ती अशी कण्हायची, की वाटायचं सरळ उचलून न्यावं तिला. परत टेम्पो बोलवून उपाश्या आम्हाला शहराबाहेरच्या एका ठिकाणी घेऊन आला. तिथं आम्ही उतरलो, खाल्लं. खिलारीला झोप येत नव्हती. तिचा पाय खूप ठणकत होता. मीही तिच्यासोबत जागा होतो. बऱ्याच वेळाने, जवळजवळ पहाटे ती झोपली.

सकाळ झाली. कामावर तर जायलाच हवं होतं, नाहीतर रात्री पोट कसं भरणार? खिलारीला तिथंच सावलीत बसवून, बाजूला दोन गवताच्या पेंढ्या आणि पाण्याची बादली ठेवून

आम्ही निघालो. आज परत नेहमीसारखं रूटीन सुरू झालं.

ती एकाच जागी बसून होती, तिला चालताही येत नव्हतं. तिथंच लघवी, शेण सगळं तिथेच. रोज तिची जागाही बदलावी लागत होती. आता आम्ही त्याच शहरात आठवडाभर थांबलो होतो. रोजच येतात म्हणून आता कुणी भाकरही टाकत नव्हतं. आता बस्तान हालवावं लागणार होतं, कारण उपाशी राहायची कुणाचीही इच्छा नव्हती. उपाश्या रोज खिलारीचे हाल पाहत होता, त्यालाही खूप वाईट वाटत होतं.

* * *

आता उपाश्या खूप शांत झाला होता, आमच्याकडे जास्त लक्षही देत नव्हता. सारखा कुठल्यातरी विचारात गुंतलेला असायचा. एका दिवशी उपाश्या एक टेम्पो घेऊन आला. आम्हाला दोघांना त्यात चढवलं..

''कुठे चाललोय आपण?'' खिलारीने विचारलं.

''कदाचित पुढच्या शहरात, आठवडाभरासाठी. उपाश्या मस्त माणूसय... डायरेक्ट टेम्पोच घेऊन आला.''

मी उपाश्याचं कौतुक करत होतो.

आम्ही आता बराच वेळ झाला प्रवास करत होतो. टेम्पो आता बराच लांब आला होता. टेम्पो थांबला, एका मोकळ्या जागेत आजूबाजूला ओसाड असणाऱ्या ठिकाणी आम्ही उतरलो. समोर फक्त एक शेड होतं.

ते शेड पाहून माझ्या जुन्या आठवणी झपकन डोळ्यांसमोरून तलवारीसारख्या सपासप फिरल्या.

''नाही, उपाश्या असं करणं शक्य नाही. सगळी माणसं सारखी नसतात. सांभाळता येत नाही म्हणून वापर झाला की, कसायाकडे विकून द्यायचं! नाही नाही.''

जिथून मी बाहेर पडण्यासाठी राजा आणि वीरूनी जीव

गमावला, आयुष्याचा शेवटही तिथेच. ज्या मरणाला घाबरून बाहेर पडलो होतो, परत तेच मरण. मनात विचारांची चक्रं घुमत होती.

समोर एक गेट होतं. ते गेट उघडताना मनात धडधड होत होती. परत तसाच रक्ताने भरलेला एक माणूस समोर उभा असेल, त्याच्या डोळ्यांत आम्हाला कापण्याची इच्छा घोड्यासारखी पळत असेल. दरवाजा उघडला, माझं अंग थरथर कापत होतं. पण नाही, हे काहीतरी वेगळं होतं. तो माणूस सुंदर प्रसन्न चेहऱ्याने आमचं स्वागत करत होता. त्याच्या हातात फुलांची एक सुंदर माळ होती. जणू तो आमच्या स्वागतासाठी तयार होता. हे समोरचं दृश्य मनाला न पटणारं होतं. आम्ही आत गेलो तर समोर जनावरांच्या भल्यामोठ्या रांगा लागलेल्या दिसत होत्या. सगळे आनंदात एकमेकांसोबत होते. आम्ही आत येताच त्यांच्यापैकी एकाने जोराचा हंबरडा फोडला. सगळ्यांच्या नजरा आमच्याकडे वळल्या आणि त्यांनी एकच घंटानाद सुरू केला. जणू ते आमचं स्वागत करत होते. काय होतं हे नक्की? ना इथे जनावर मारायचा कट्टा होता, ना टांगलेलं मांस ना कोयता. हे होतं काय?

मी आजूबाजूला नजर फिरवली, समोर गाईंना वाचवा म्हणून संदेश देणारी चित्रं दिसत होती. काही ठिकाणी गाईच्या पोटात असणाऱ्या देवांसहित गाईचा फोटो होता. आम्हाला संभाळणारं असं कुणीतरी होतं, यावर विश्वासच बसेना. तेवढ्यात काही लोक येऊन खिलारीला बाजूला घेऊन तिचा पाय तपासू लागले.

त्या गोशाळा, गोवंशपालन केंद्रात गेल्यावर कळालं, आमचं आयुष्य घेणारे काहीजण असले, तरी आमच्यासाठी धडपडणारे बरेच हात आहेत. आमच्या म्हातारपणी आम्हाला

आधार देणारे, ज्यांनी खरंच आमची किंमत जाणली होती. आज ते होते म्हणून आम्ही जिवंत राहिलो. आमच्यासारखे शेकडो तिथे होते. देशात कदाचित लाखो असतील. खरंच आभार कसे मानावे, ते कळत नव्हतं. आणि मानू कुणाचे? त्या परमेश्वराचे की ज्याने त्याचे सगळे देव या गाईच्या पोटात ठेवले? या माणसाचे की ज्याने आम्हाला एवढा दर्जा दिला, प्रेम दिलं? की नशिबाचे ज्याने आम्हाला इथपर्यंत पोचवलं?

उपाश्या हसत माझ्याकडे पाहून म्हणाला, ''कसं आहे नवीन घर? पशुधाम! निवांत आयुष्यभर राहायच इथं, सुखात.''

त्या उपाश्यामध्ये आज खरा देव दिसला होता. जगात अशीही माणसं आहेत, ज्यांच आमच्यावर एवढं प्रेम आहे, जी आमच्यासाठी इतकं करू शकतात. खरंच, परिस्थिती वाईट असते, माणूस नाही.

तिथून जाताना उपाश्याचे डोळे पाणावले होते. आमचा बिझनेस आज संपणार होता. जड पावलांनी आमचा निरोप घेऊन तो गेला. आता खिलारी आणि मी, परत नवीन जग पाहत होतो. आमची काळजी असणाऱ्यांचं, आमच्यावरचं प्रेम पाहत होतो.

सर्जाचं आत्मवृत्त याच आनंदाच्या क्षणी संपवणं चांगलं; कारण शेवट नेहमी गोड असावा.

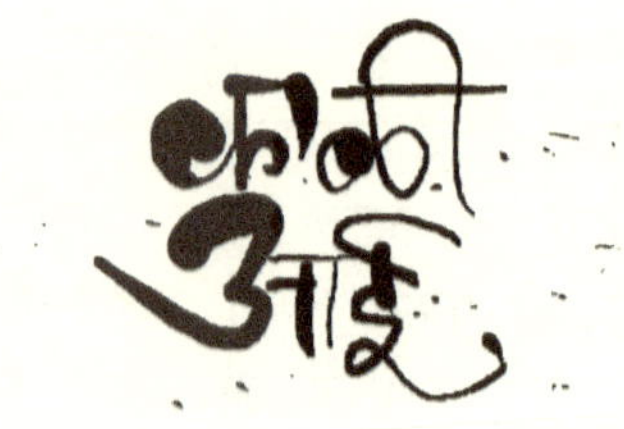

अस्सल गावरान बाजात रेखाटलेली शब्दचित्रं

व्यंकटेश माडगूळकर

जेव्हा मला बघितले, माझ्या आईला मला पाजताना पाहिले, तेव्हा गुणा आईला कसनुसे वाटले. कधी नाही ते आपल्या हातून घडावे, असे वाटले. ते तिच्यात कधी नव्हते, ते एकाएकी उफाळून आले. तिचे स्त्रीत्व झडझडून उठले आणि त्या नव्या अनुभूतीने माझी गुणा आई फार बेचैन झाली; पण आता फार उशीर झाला होता.

मग एके दिवशी तिने काही ठरविले आणि आठ दिवस काही न खाता- पिता, न बोलता ती रानातल्या झोपडीत पडून राहिली. विहिरीत पडून किंवा अन्य मार्गाने मरून तिने माझ्या बापाला आणि गावाला धोक्यात आणले नाही. सांगून-सवरून ती शांतपणे रानातल्या झोपडीत राहिली आणि मरून गेली.